ਕੀ ਬਣੂ ਦੁਨੀਆਂ ਦਾ

(ਮਿੰਨੀ ਕਹਾਣੀ ਸੰਗ੍ਰਹਿ)

ਇਸੇ ਕਲਮ ਤੋਂ ......

ਕੱਲ ਫਿਰ ਸਵੇਰਾ ਆਵੇਗਾ (ਕਾਵਿ-ਸੰਗ੍ਰਹਿ) 2024

ਕੀ ਬਣੂ ਦੁਨੀਆਂ ਦਾ

(ਮਿੰਨੀ ਕਹਾਣੀ ਸੰਗ੍ਰਹਿ)

ਵੀਰਪਾਲ ਕੌਰ

Ki Banu Duniya Da

(Collection of Short Stories)

by

Veerpaul Kaur

Book Cover & Illustrations by Gurjeet Singh

ISBN 978-1-7383274-3-0

© Author
2025

Published by

Virasat-e-Panjab

ਵਿਰਾਸਤ-ਏ-ਪੰਜਾਬ

email: info@virasat-e-panjab.com
website: https://virasat-e-panjab.com
https://youtube.com/@virasat-e-panjab

ਸਮਰਪਣ

ਸਮਾਜਿਕ ਬੁਰਾਈਆਂ ਵਿਰੁੱਧ ਲੜਦੇ ਜੁਝਾਰੂ ਲੋਕਾਂ ਨੂੰ

ਤਤਕਰਾ

ਮੁੱਖਬੰਦ

'ਕੀ ਬਣੂ ਦੁਨੀਆਂ ਦਾ' ਮੇਰੀ ਦੂਜੀ ਕਿਤਾਬ ਹੈ। ਇਸ ਵਿਚਲੀਆਂ ਕਹਾਣੀਆਂ, ਸਿਰਫ਼ ਇੱਕ ਮਨੋਰੰਜਨ ਲਈ, ਕਾਲਪਨਿਕ ਘਟਨਾਵਾਂ ਸਿਰਜ, ਨਹੀਂ ਲਿਖੀਆਂ ਗਈਆਂ। ਹਾਂ, ਇਹਨਾਂ ਕਹਾਣੀਆਂ ਦੇ ਪਾਤਰਾਂ ਦੇ ਨਾਮ ਕਾਲਪਨਿਕ ਹੋ ਸਕਦੇ ਹਨ, ਪਰ ਜ਼ਿਆਦਾਤਰ ਕਹਾਣੀਆਂ ਵਿਚਲੀਆਂ ਘਟਨਾਵਾਂ ਨੂੰ ਮੈਂ ਆਪਣੇ ਆਲੇ ਦੁਆਲੇ ਬਹੁਤ ਨੇੜੇ ਤੋਂ ਵਾਪਰਦੇ ਦੇਖਿਆ ਹੈ।

ਇਹ ਕਿਤਾਬ ਭਾਵੇਂ 2025 ਵਿੱਚ ਪ੍ਰਕਾਸ਼ਿਤ ਹੋ ਰਹੀ ਹੈ, ਪਰ ਇਸ ਦਾ ਸੰਬੰਧ ਮੇਰੇ ਬਚਪਨ ਤੋਂ ਲੈ ਕੇ ਅੱਜ ਤਕ ਦੇ ਜੀਵਨ ਅਨੁਭਵਾਂ ਨਾਲ ਜੁੜਿਆ ਹੈ।

ਇਸ ਕਿਤਾਬ ਵਿਚਲੇ ਪਾਤਰ ਅਤੇ ਘਟਨਾਵਾਂ ਮੇਰੇ ਦਿਲ ਤੇ ਦਿਮਾਗ ਵਿੱਚ ਵੱਸੇ ਹੋਏ ਹਨ। ਜਦੋਂ ਵੀ ਮੈਂ ਉਹਨਾਂ ਬਾਰੇ ਸੋਚਦੀ ਹਾਂ, ਤਾਂ ਮੇਰੇ ਅੰਦਰ ਇੱਕ ਬੇਚੈਨੀ ਪੈਦਾ ਹੋ ਜਾਂਦੀ ਹੈ, ਜੋ ਮੈਨੂੰ ਉਹਨਾਂ ਬਾਰੇ ਲਿਖਣ ਲਈ ਮਜਬੂਰ ਕਰਦੀ ਹੈ।

ਆਖਿਰਕਾਰ, ਮੈਂ ਆਪਣੇ ਅੰਦਰ ਦੀ ਬੇਚੈਨੀ ਅਤੇ ਵਲਵਲੇ, ਮੇਰੇ ਸੁਪਨਿਆਂ ਨੂੰ ਸਾਕਾਰ ਕਰਨ ਵਾਲੇ ਮੇਰੇ ਹਮਸਫ਼ਰ ਦੀ ਦਿੱਤੀ ਹੱਲਾਸ਼ੇਰੀ ਤੇ ਪ੍ਰੇਰਨਾ ਸਦਕਾ, ਆਪਣੇ ਮਨ ਵਿੱਚੋਂ ਕੱਢ, ਕਲਮ ਰਾਹੀਂ ਬਿਆਨ ਕਰ, ਇੱਕ ਕਿਤਾਬ ਦੇ ਰੂਪ ਵਿੱਚ ਤੁਹਾਡੇ ਹੱਥਾਂ ਤੱਕ ਲੈ ਕੇ ਆਉਣ ਵਿੱਚ ਸਫਲ ਹੋਈ ਹਾਂ।

ਆਪ ਦੇ ਸੁਝਾਵਾਂ, ਪ੍ਰੇਰਨਾ ਅਤੇ ਹੋਰ ਲਿਖਣ ਦੀ ਹਿੰਮਤ ਦੇਣ ਦੀ ਆਸ ਵਿੱਚ ....

ਮਿਤੀ: 3 ਫਰਵਰੀ 2025   — ਵੀਰਪਾਲ ਕੌਰ

ਪ੍ਰਾਇਮਰੀ ਟੀਚਰ

ਰੋਜ਼ਾਨਾਂ ਦੀ ਤਰ੍ਹਾਂ ਮੈਂ ਕੰਮ ਤੋਂ ਘਰ ਆ ਰਹੀ ਸੀ। ਸ਼ਾਮ ਦੇ ਤਕਰੀਬਨ ਛੇ ਕੁ ਵੱਜ ਚੁੱਕੇ ਸਨ। ਉਂਝ ਕੰਮ ਤੋਂ ਛੁੱਟੀ ਤਾਂ ਚਾਰ ਵਜੇ ਹੋ ਜਾਂਦੀ ਪਰ ਰਸਤੇ ਵਿੱਚ ਬੱਸਾਂ ਦੀ ਖੱਜਲ-ਖੁਆਰੀ ਕਾਰਨ ਕਾਫ਼ੀ ਸਮਾਂ ਬਰਬਾਦ ਹੋ ਜਾਂਦਾ। ਮੈਂ ਇਸੇ ਗੱਲ ਤੋਂ ਅੱਕੀ ਗਲੀ ਵਿੱਚੋਂ ਦੀ ਆ ਰਹੀ ਸੀ, ਜਿੱਥੇ ਮੈਨੂੰ 3-4 ਔਰਤਾਂ ਮਿਲੀਆਂ। ਜਿਹਨਾਂ ਥੋੜਾ ਹੱਸ, ਸਤਿ ਸ੍ਰੀ ਅਕਾਲ ਭੈਣ ਜੀ ਕਹਿ ਬੁਲਾਇਆ ਪਰ ਮੈਂ ਉਹਨਾਂ ਦੀ ਸਤਿ ਸ੍ਰੀ ਅਕਾਲ ਦਾ ਜਵਾਬ ਕੁੱਝ ਚੰਗੀ ਤਰ੍ਹਾਂ ਨਾ ਦਿੱਤਾ ਅਤੇ ਆਪਣੇ ਹੀ ਝਮੇਲਿਆਂ ਦੀ ਉਧੇੜ-ਬੁਣ ਕਰਦੀ ਤੁਰੀ ਗਈ।

ਰਸਤੇ ਵਿੱਚ ਜਾਂਦੀ ਮੈਂ ਆਪਣੇ ਆਪ ਨੂੰ ਕੋਸਦੀ ਜਾ ਰਹੀ ਸੀ ਕਿ ਕਿੰਨਾ ਚੰਗਾ ਹੁੰਦਾ ਜੇ ਮੈਂ ਵੀ ਆਪਣੀਆਂ ਦੂਸਰੀਆਂ ਸਹੇਲੀਆਂ ਵਾਂਗ ਬਾਰਵੀਂ ਕਰਨ ਤੋਂ ਬਾਅਦ ਆਈਲੈਟਸ ਕਰ ਜਾਂ ਕਿਸੇ ਬਾਹਰਲੇ ਪੱਕੇ ਮੁੰਡੇ ਨਾਲ ਵਿਆਹ ਕਰਵਾ ਬਾਹਰ ਚਲੀ ਜਾਂਦੀ, ਤਾਂ ਸ਼ਾਇਦ ਇਸ ਤੋਂ ਸੌਖੀ ਜ਼ਿੰਦਗੀ ਹੁੰਦੀ। ਜਦ ਤੱਕ ਮੈਂ ਆਪਣੇ ਘਰ ਵਾਲੇ ਮੋੜ ਕੋਲ ਪਹੁੰਚੀ, ਕਿਸੇ ਦੀ ਕੀ ਮਜਾਲ ਸੀ ਕਿ ਮੈਨੂੰ ਮੇਰੇ ਤਾਣੇ-ਬਾਣੇ 'ਚੋਂ ਕੱਢ ਦੇਵੇ, ਚਾਹੇ ਅਗਲਾ ਪੂਰਾ ਹੱਸ, ਨੀਵੀਂ ਪਾ, ਬੁਲਾ ਕੇ ਗਿਆ ਹੋਵੇ।

ਫਿਰ ਅਚਾਨਕ ਹੀ ਮੇਰੀ ਨਿਗ੍ਹਾ ਗਲੀ ਵਿੱਚ ਖੇਡਦੇ ਪੰਜ-ਸੱਤ ਮੁੰਡੇ ਕੁੜੀਆਂ ਵੱਲ ਗਈ ਜੋ ਮਿੱਟੀ ਨਾਲ ਖੇਡਦੇ, ਨਾਲ ਦੀ ਨਾਲ ਆਪੇ ਵਿੱਚ ਗੱਲਾਂ ਕਰ ਰਹੇ ਸਨ। ਉਹਨਾਂ ਦੀਆਂ ਗੱਲਾਂ ਕੋਈ ਆਮ ਗੱਲਾਂ ਨਹੀਂ ਸਨ। ਕਿਸੇ ਵਿਸ਼ੇਸ਼ ਵਿਸ਼ੇ ਤੇ ਗੱਲ ਹੋ ਰਹੀ ਸੀ, ਜਿਸ ਨੂੰ ਸੁਣ ਮੈਂ ਉੱਥੇ ਰੁਕਣ ਲਈ ਮਜਬੂਰ ਹੋ ਗਈ।

ਗੱਲ ਕੀ ! ਸਾਰੇ ਆਪੋ-ਆਪਣੇ ਭਵਿੱਖ ਦੀਆਂ ਸਲਾਹਾਂ ਕਰ ਰਹੇ ਸਨ, ਕਿ ਵੱਡੇ ਹੋ ਕੇ ਕਿਸ ਨੇ ਕੀ-ਕੀ ਬਣਨਾ। ਕੋਈ ਡਾਕਟਰ, ਵਕੀਲ, ਪੁਲਿਸ ਅਫ਼ਸਰ ਤੇ ਕੋਈ ਇੰਜੀਨਿਅਰ ਬਣਨ ਬਾਰੇ ਕਹਿ ਰਿਹਾ ਸੀ। ਅਚਾਨਕ ਵਿੱਚੋਂ ਇੱਕ ਹੌਲੀ ਜਿਹੀ ਆਵਾਜ਼ ਆਈ ...

"ਪ੍ਰਾਇਮਰੀ ਸਕੂਲ ਟੀਚਰ !"

ਇਹ ਸੁਣਦੇ ਸਾਰ ਹੀ ਸਾਰੇ ਹੱਸ ਪਏ, ਕਿਉਂਕਿ ਉਸ ਮਾਸੂਮ ਬੱਚੀ ਨੇ ਇੱਕਲਾ ਟੀਚਰ ਕਹਿਣ ਦੀ ਬਜਾਏ ਪ੍ਰਾਇਮਰੀ ਸਕੂਲ ਟੀਚਰ ਕਿਹਾ ਸੀ, ਜੋ ਸਭ ਨੂੰ ਅਜੀਬ ਲੱਗਾ ਤੇ ਸ਼ਾਇਦ ਮੈਨੂੰ ਵੀ। ਹਾਲੇ ਇਸ ਗੱਲ ਨੇ ਮੇਰੇ ਮਨ ਵਿੱਚ ਪ੍ਰਸ਼ਨ ਲਿਆਂਦਾ ਹੀ ਸੀ ਕਿ ਮੈਂ ਉਹਨੂੰ ਇਸ ਦਾ ਕਾਰਨ ਪੁੱਛਾਂ, ਉਸ ਤੋਂ ਪਹਿਲਾਂ ਹੀ ਉਹਦੇ ਸਾਥੀਆਂ ਉਸ ਤੋਂ ਪੁੱਛ ਲਿਆ।

ਮਸਲਾ ਪੂਰਾ ਗੰਭੀਰ ਹੋ ਚੁੱਕਾ ਸੀ। ਸਾਰੇ ਬੱਚੇ ਜਿਹੜੇ ਗੱਲਾਂ ਕਰਦੇ, ਨਾਲ-ਨਾਲ ਮਿੱਟੀ ਦੇ ਘਰ ਬਣਾ ਖੇਡ ਰਹੇ ਸਨ, ਉਹਨਾਂ ਦੇ ਹੱਥਾਂ ਵਿੱਚੋਂ ਮਿੱਟੀ ਛੁੱਟ ਗਈ ਤੇ ਉਸ ਲੜਕੀ ਦੇ ਮੂੰਹ ਵੱਲ ਦੇਖ ਜਵਾਬ ਉਡੀਕਣ ਲੱਗੇ। ਮੈਂ ਵੀ ਜ਼ਰਾ ਨੇੜੇ ਜਾ ਖੜੀ ਹੋਈ ਤੇ ਪੁੱਛਿਆ,

"ਹਾਂ ਪੁੱਤ, ਪ੍ਰਾਇਮਰੀ ਟੀਚਰ ਹੀ ਕਿਉਂ ?"

ਉਸ ਨੇ ਕੰਬਦੇ ਜੇ ਹੱਥਾਂ ਅਤੇ ਥਿੜਕਦੇ ਨਿੱਕੇ-ਨਿੱਕੇ ਬੁੱਲ੍ਹਾਂ ਨਾਲ ਹੌਲੀ ਜਿਹੀ ਆਵਾਜ਼ ਵਿੱਚ ਕਿਹਾ, "ਜੀ ਮੈਂ ਬਣਨਾ ਤਾਂ ਪ੍ਰੋਫੈਸਰ ਸੀ, ਪਰ ਅੱਜ-ਕਲ੍ਹ ਸਾਰੇ ਬੱਚੇ ਤਾਂ ਬਾਹਰਵੀਂ ਕਰਨ ਤੋਂ ਬਾਅਦ ਬਾਹਰਲੇ ਦੇਸ਼ ਜਾ ਰਹੇ ਨੇ, ਫਿਰ ਮੈਂ ਕਾਲਜ ਜਾਂ ਯੂਨੀਵਰਸਿਟੀ ਵਿੱਚ ਕੀਹਨੂੰ ਪੜ੍ਹਾਉਂ? ਇਸ ਲਈ ਪ੍ਰਾਇਮਰੀ ਸਕੂਲ ਟੀਚਰ ਹੀ ਠੀਕ ਹੈ।"

ਉਸ ਬੱਚੀ ਦੇ ਮੂੰਹੋਂ ਨਿਕਲੇ ਇਹਨਾਂ ਬੋਲਾਂ ਨੇ ਮੇਰੇ ਅੰਦਰੋਂ ਪ੍ਰਾਣ ਹੀ ਕੱਢ ਲਏ। ਮੇਰੇ ਲਈ ਉੱਥੇ ਇੱਕ ਪੈਰ ਵੀ ਪੁੱਟਣਾ ਔਖਾ ਹੋ ਗਿਆ, ਜਿਵੇਂ ਕਿਸੇ ਨੇ ਮੇਰੇ ਪੈਰਾਂ ਨਾਲ ਪੱਥਰ ਬੰਨ੍ਹ ਦਿੱਤੇ ਹੋਣ। ਮੈਂ ਉੱਥੇ ਇਸ ਸੋਚ ਵਿੱਚ ਬੁੱਤ ਬਣੀ ਖੜੀ ਰਹਿ ਗਈ ਕਿ ਸੱਚ-ਮੁੱਚ ਹੀ ਵਿਦੇਸ਼ ਜਾਣ ਦੀ ਭੇਡਚਾਲ ਨੇ ਪੰਜਾਬ ਦੇ ਕਾਲਜਾਂ-ਯੂਨੀਵਰਸਿਟੀਆਂ ਦੀ ਰੌਣਕ ਤੇ ਸਾਡੀ ਨੌਜਵਾਨ ਪੀੜੀ ਸਾਥੋਂ ਦੂਰ ਕਰ ਦਿੱਤੀ ਹੈ।

ਪ੍ਰਾਇਮਰੀ ਟੀਚਰ

ਪੁਰਾਣੇ ਸਮਿਆਂ ਤੋਂ ਹੀ ਪੰਜਾਬੀਆਂ ਵਿੱਚ ਵਿਦੇਸ਼ ਜਾ ਪੈਸਾ ਕਮਾਉਣ ਦੀ ਇੱਛਾ ਪ੍ਰਬਲ ਰਹੀ ਹੈ। ਉਹ ਕਿਵੇਂ ਨਾ ਕਿਵੇਂ ਸਹੀ ਜਾਂ ਗ਼ਲਤ ਤਰੀਕੇ ਅਪਣਾ ਬਾਹਰਲੇ ਮੁਲਕਾਂ ਵਿੱਚ ਜਾਂਦੇ ਰਹੇ ਹਨ। ਪਰ ਪਹਿਲਾਂ ਜਾਂ ਤਾਂ ਬਹੁਤ ਅਮੀਰ ਲੋਕ ਪੜਨ, ਜਾਂ ਫਿਰ ਪੈਸਾ ਕਮਾਉਣ ਲਈ ਜ਼ਿਆਦਾ ਲੋੜਵੰਦ ਹੀ ਜਾਂਦੇ ਸਨ। ਜਿਹਨਾਂ ਦੀ ਚੰਗੀ ਜ਼ਮੀਨ ਜਾਇਦਾਦ ਜਾਂ ਇੱਕ ਹੀ ਪੁੱਤਰ ਹੁੰਦਾ, ਉਹ ਇਸ ਗੱਲ ਤੋਂ ਗੁਰੇਜ਼ ਕਰਦੇ ਸਨ।

ਅੱਜ-ਕੱਲ੍ਹ ਇਹ ਮਸਲਾ ਇੱਕ ਭੇਡਚਾਲ, ਦੇਖਾ-ਦੇਖੀ ਤੇ ਮੁੱਛ ਦੇ ਸਵਾਲ ਦਾ ਬਣ ਗਿਆ ਹੈ। ਹਰ ਕੋਈ ਚਾਹੁੰਦਾ ਹੈ ਕਿ ਜੇਕਰ ਗੁਆਂਢੀ ਦਾ ਬੱਚਾ ਬਾਹਰ ਗਿਆ ਤਾਂ ਸਾਡਾ ਕਿਉਂ ਨਹੀਂ ?

ਇਸ ਕਹਾਣੀ ਵਿੱਚਲੀ ਮਾਸੂਮ ਬੱਚੀ ਜੋ ਮਨ ਵਿੱਚ ਬਹੁਤ ਸੁਪਨੇ ਰੱਖਦੀ ਹੈ ਪਰ ਇਸ ਬਦਲ ਰਹੇ ਸਿਸਟਮ ਕਰਕੇ ਆਪਣੇ ਭਵਿੱਖ ਪ੍ਰਤੀ ਚਿੰਤਤ ਵੀ ਹੈ। ਉਸ ਨੂੰ ਲੱਗਦਾ ਹੈ ਕਿ ਬਦਲਦੇ ਹਾਲਾਤਾਂ ਵਿੱਚ ਉਹਦੇ ਸੁਪਨੇ ਦਾ ਪੂਰਾ ਹੋਣਾ ਮੁਸ਼ਕਿਲ ਹੈ।

ਇਹ ਕਹਾਣੀ ਸਿਰਫ਼ ਉਸ ਬੱਚੀ ਦੀ ਮਨੋਦਸ਼ਾ ਹੀ ਪੇਸ਼ ਨਹੀਂ ਕਰਦੀ, ਸਗੋਂ ਨਾਲ-ਨਾਲ ਪੰਜਾਬ ਦੇ ਵਿੱਚ ਚੰਗੇ ਪੜ੍ਹੇ-ਲਿਖੇ ਨੌਜਵਾਨਾਂ ਦੀ ਘੱਟ ਰਹੀ ਗਿਣਤੀ ਨੂੰ ਵੀ ਪੇਸ਼ ਕਰ ਰਹੀ ਹੈ। ਜਦ ਇਹ ਵਿਦੇਸ਼ ਜਾਣ ਦੀ ਦੌੜ ਸ਼ੁਰੂ ਨਹੀਂ ਹੋਈ ਸੀ ਤਾਂ ਬੱਚੇ ਚੰਗੀ ਪੜ੍ਹਾਈ ਕਰ ਡਾਕਟਰ, ਵਕੀਲ, ਇੰਜੀਨਿਅਰ ਜਾਂ ਹੋਰ ਚੰਗੇ ਅਹੁਦਿਆਂ ਉੱਤੇ ਕੰਮ ਕਰਨਾ ਚਾਹੁੰਦੇ ਸਨ। ਇਹਨਾਂ ਬਦਲਦੇ ਹਾਲਤਾਂ ਨਾਲ ਪੰਜਾਬ ਵਿੱਚ ਬਾਹਰਵੀਂ ਕਰਨ ਤੋਂ ਬਾਅਦ ਆਈਲੈਟਸ ਕਰਨਾ ਹੀ ਇੱਕ ਡਿਗਰੀ ਸਮਝਿਆ ਜਾਣ ਲੱਗ ਪਿਆ ਹੈ ਅਤੇ ਚੰਗੇ ਵਿੱਦਿਅਕ ਅਦਾਰੇ ਬੰਦ ਹੁੰਦੇ ਜਾ ਰਹੇ ਹਨ।

ਸੱਚਾ ਪਿਆਰ

ਕਿਰਨ ਅਤੇ ਜੀਤਾ ਇੱਕੋ ਕਾਲਜ ਵਿੱਚ ਪੜ੍ਹਦੇ ਸਨ। ਦੋਵੇਂ ਬਹੁਤ ਹੀ ਹੋਣਹਾਰ ਵਿਦਿਆਰਥੀ ਸਨ। ਕਿਰਨ ਸ਼ਹਿਰ ਦੇ ਇੱਕ ਅਮੀਰ ਪਰਿਵਾਰ ਦੀ ਕੁੜੀ ਸੀ ਜਦ ਕਿ ਜੀਤਾ ਸਧਾਰਨ ਪੇਂਡੂ ਪਰਿਵਾਰ ਨਾਲ ਸਬੰਧ ਰੱਖਦਾ ਸੀ। ਇਕੱਠੇ ਪੜ੍ਹਦਿਆਂ ਦੋਵਾਂ ਨੂੰ ਇੱਕ ਦੂਜੇ ਨਾਲ ਪਿਆਰ ਹੋ ਗਿਆ।

ਜੀਤਾ ਇੱਕ ਹੁਸ਼ਿਆਰ, ਸਮਝਦਾਰ, ਮਿਹਨਤੀ, ਅਤੇ ਨਸ਼ਿਆਂ ਤੋਂ ਦੂਰ ਰਹਿਣ ਵਾਲਾ ਮੁੰਡਾ ਸੀ। ਉਸਨੂੰ ਪਤਾ ਸੀ ਕਿ ਕਿਰਨ ਪੂਰੇ ਐਸ਼ੋ-ਅਰਾਮ ਵਿੱਚ ਰਹਿਣ ਵਾਲੀ ਕੁੜੀ ਹੈ। ਇਸ ਲਈ ਜੀਤਾ ਆਪਣੇ ਸਮੇਂ ਵਿੱਚੋਂ ਸਮਾਂ ਕੱਢ ਕੇ ਉਸਨੂੰ ਫਿਲਮ ਦਿਖਾਉਣ, ਕੌਫੀ ਪੀਣ, ਜਾਂ ਕਦੇ ਸ਼ੋਪਿੰਗ ਕਰਵਾਉਣ ਲੈ ਜਾਂਦਾ।

ਜੀਤਾ, ਅਕਸਰ ਹੀ ਕਿਰਨ ਦੀ ਖੂਬਸੂਰਤੀ ਦੀ ਤਾਰੀਫ਼ ਵੀ ਕਰਦਾ ਰਹਿੰਦਾ ਜੋ ਕਰਨੀ ਬਣਦੀ ਵੀ ਸੀ, ਕਿਉਂਕਿ ਕਿਰਨ ਰੱਜ ਕੇ ਸੁਹਣੀ ਸੀ - ਅਰਸ਼ੋਂ ਉਤਰੀ ਪਰੀ ਵਾਂਗ। ਜੀਤਾ ਉਹ ਸਾਰੀਆਂ ਕੋਸ਼ਿਸ਼ਾਂ ਕਰਦਾ ਜੋ ਆਪਣੀ ਪ੍ਰੇਮਿਕਾ ਨੂੰ ਖੁਸ਼ ਰੱਖਣ ਲਈ ਜ਼ਰੂਰੀ ਸਨ।

ਉਹ ਕਿਰਨ ਦੇ ਪਿਆਰ ਨੂੰ ਕਦੇ ਵੀ ਖੋਣਾ ਨਹੀਂ ਸੀ ਚਾਹੁੰਦਾ ਤੇ ਉਸ ਨੂੰ ਪ੍ਰੇਮਿਕਾ ਤੋਂ ਵਹੁਟੀ ਬਣਾਉਣ ਦਾ ਚਾਹਵਾਨ ਸੀ। ਪਰ ਦੋਵਾਂ ਦੇ ਘਰ ਦੇ ਹਾਲਾਤਾਂ ਵਿੱਚ ਵੱਡਾ ਫ਼ਰਕ ਹੋਣ ਕਾਰਨ ਜੀਤੇ ਨੂੰ ਡਰ ਸੀ ਕਿ ਜੇ ਕਿਰਨ ਦੇ ਘਰਦੇ ਨਾ ਮੰਨੇ ਤਾਂ ਕੀ ਬਣੂ?

ਉਧਰ ਕਿਰਨ ਨੇ ਆਪਣੇ ਤੇ ਜੀਤੇ ਦੇ ਪਿਆਰ ਦੀ ਗੱਲ ਘਰਦਿਆਂ ਕੋਲ ਕਰ ਦਿੱਤੀ। ਜਿਸ ਦਿਨ ਕਿਰਨ ਦਾ ਪਰਿਵਾਰ ਜੀਤੇ ਨੂੰ ਮਿਲਿਆ, ਉਹ ਇੱਕ ਸ਼ਰੀਫ ਅਤੇ ਮਿਹਨਤੀ ਲੜਕੇ ਨੂੰ ਦੇਖ ਖੁਸ਼ ਹੋਏ।

ਪਰ ਨਾਲ ਹੀ ਨਾਲ ਆਪਣੀ ਲੜਕੀ ਦੀ ਐਸ਼ੋ-ਅਰਾਮ ਵਾਲੀ ਜ਼ਿੰਦਗੀ ਤੇ ਜੀਤੇ ਦੇ ਆਰਥਿਕ ਹਾਲਾਤ ਬਾਰੇ ਸੋਚ, ਉਸ ਨੂੰ ਬੋਲੇ ...

"ਸਾਨੂੰ ਇਸ ਵਿਆਹ ਵਿੱਚ ਕੋਈ ਇਤਰਾਜ਼ ਨਹੀਂ, ਪਰ ਉਹ ਵਿਆਹ ਇੱਕ ਸ਼ਰਤ ਤੇ ਕਰਨਗੇ ਕਿ ਪਹਿਲਾਂ ਉਹ ਪੜ੍ਹਾਈ ਪੂਰੀ ਕਰ ਕਿਸੇ ਚੰਗੀ ਨੌਕਰੀ ਤੇ ਲੱਗ ਜਾਵੇ।"

ਜੀਤਾ ਬਹੁਤ ਖੁਸ਼ ਹੋਇਆ। ਉਸਨੇ ਆਪਣੀ ਪੜ੍ਹਾਈ ਤੇ ਜ਼ਿਆਦਾ ਸਮਾਂ ਤੇ ਧਿਆਨ ਦੇਣਾ ਸ਼ੁਰੂ ਕਰ ਦਿੱਤਾ। ਜਿਸ ਕਰਕੇ ਪਹਿਲਾਂ ਵਾਂਗ ਮਿਲਣਾ, ਕੌਫੀ ਪੀਣੀ ਅਤੇ ਕਿਰਨ ਦੀ ਖੁਬਸੂਰਤੀ ਦੀਆਂ ਤਾਰੀਫਾਂ ਥੋੜੀਆਂ ਘੱਟ ਗਈਆਂ।

ਕੁੱਝ ਦਿਨਾਂ ਬਾਅਦ ਕਿਰਨ ਤੇ ਜੀਤਾ ਪਾਰਕ ਵਿੱਚ ਮਿਲੇ। ਕਿਰਨ ਅੱਗ ਬਬੂਲਾ ਹੋਈ ਜੀਤੇ ਨੂੰ ਬੋਲੀ ...

"ਤੂੰ ਹੁਣ ਬਹੁਤ ਬਦਲ ਗਿਆ। ਤੇਰੇ ਕੋਲ ਮੇਰੇ ਲਈ ਵਕਤ ਹੀ ਨਹੀਂ। ਮੈਨੂੰ ਤਾਂ ਲੱਗਦੈ ਕੋਈ ਹੋਰ ਮਿਲ ਗਈ ਹੋਣੀ ਐਂ।"

ਹੋਰ ਪਤਾ ਨਹੀਂ ਕੀ-ਕੀ ਬਿਨਾਂ ਸੋਚੇ-ਸਮਝੇ ਬੋਲੀ ਗਈ। ਕਿਰਨ ਲਗਾਤਾਰ ਬੋਲੀ ਜਾ ਰਹੀ ਸੀ ਪਰ ਜੀਤੇ ਦੇ ਦਿਮਾਗ ਵਿੱਚ ਉਹਦੇ ਬਾਪ ਦੇ ਕਹੇ ਬੋਲ, ਆਪਣਾ ਕਿਰਨ ਦੇ ਪਰਿਵਾਰ ਅਤੇ ਕਿਰਨ ਨਾਲ ਕੀਤਾ ਵਾਅਦਾ ਚੱਲ ਰਿਹਾ ਸੀ।

ਸੱਚਾ ਪਿਆਰ

ਕਹਾਣੀ 'ਸੱਚਾ ਪਿਆਰ' ਵਿੱਚ ਇੱਕ ਮੁੰਡੇ ਤੇ ਕੁੜੀ ਦੇ ਆਪਸੀ ਪਿਆਰ ਨੂੰ ਦਰਸਾਇਆ ਗਿਆ ਹੈ। ਇਹ ਪਿਆਰ ਸੱਚਾ ਸੀ, ਟਾਈਮ ਪਾਸ ਕਰਨ ਜਾਂ ਸਰੀਰਕ ਲੋੜਾਂ ਦੀ ਪੂਰਤੀ ਨਹੀਂ। ਸੱਚਾ ਪਿਆਰ ਹੋਣ ਕਰਕੇ ਉਹ ਵਿਆਹ ਕਰਵਾਉਣ ਦਾ ਫੈਸਲਾ ਕਰਦੇ ਹਨ, ਉਹ ਵੀ ਘਰਦਿਆਂ ਦੀ ਮਰਜ਼ੀ ਨਾਲ।

ਇਸ ਕਹਾਣੀ ਵਿੱਚ ਇੱਕ-ਦੂਜੇ ਨੂੰ ਪਾਉਣ ਦੀ ਸ਼ਿੱਦਤ ਅਤੇ ਉਹਦੇ ਲਈ ਕੀਤੇ ਜਾ ਰਹੇ ਜਤਨਾਂ ਦੇ ਨਾਲ-ਨਾਲ ਇੱਕ ਹੋਰ ਪਹਿਲੂ ਨੂੰ ਵੀ ਪੇਸ਼ ਕਰਨ ਦੀ ਕੋਸ਼ਿਸ਼ ਕੀਤੀ ਗਈ ਹੈ। ਉਹ ਹੈ, ਦਿਖਾਵੇ ਦਾ !

ਜੀਤਾ, ਕਿਰਨ ਨੂੰ ਪਾਉਣ ਲਈ ਉਹਦੇ ਘਰਦਿਆਂ ਵਲੋਂ ਕਹੇ ਮੁਤਾਬਕ ਚੰਗੀ ਨੌਕਰੀ ਲੈਣ ਲਈ ਦਿਨ-ਰਾਤ ਮਿਹਨਤ ਸ਼ੁਰੂ ਕਰ ਦਿੰਦਾ ਹੈ, ਜਿਸ ਕਰਕੇ ਉਹ ਕਿਰਨ ਨੂੰ ਪਹਿਲਾਂ ਜਿੰਨਾ ਸਮਾਂ ਨਹੀਂ ਦੇ ਪਾਉਂਦਾ ਅਤੇ ਉਹਦੀ ਸੁੰਦਰਤਾ ਦੀ ਤਾਰੀਫ਼ ਵੀ ਘੱਟ ਕਰਦਾ ਹੈ।

ਹੁਣ ਕਿਰਨ ਨੂੰ ਜੀਤਾ ਬਦਲਿਆ ਲੱਗਦਾ ਹੈ। ਉਹ ਉਸਦੇ 'ਸੱਚੇ ਪਿਆਰ' ਨੂੰ ਪਾਉਣ ਦੇ ਸਹੀ ਜਤਨਾਂ ਦੀ ਕਦਰ ਨਾ ਕਰਦੀ ਹੋਈ, ਸਿਰਫ਼ 'ਦਿਖਾਵੇ' ਦੇ ਕਹੇ ਸ਼ਬਦਾਂ ਨੂੰ ਹੀ ਪਿਆਰ ਮੰਨਦੀ ਹੈ।

ਸ਼ੁਕਰਗੁਜ਼ਾਰ

"ਵਧਾਈਆਂ ਹੋਣ ਬਾਈ ਚਰਨੇ ! ਸਾਡਾ ਯਾਰ ਫ਼ੌਜ ਵਿੱਚ ਭਰਤੀ ਹੋ ਗਿਆ, ਬਹੁਤ ਵਧੀਆ ਹੋਇਆ, ਤੇਰੀ ਦਿਲੀ ਇੱਛਾ ਪੂਰੀ ਹੋਈ। ਤੇਰਾ ਖੇਤੀਬਾੜੀ ਵਿੱਚ ਤਾਂ ਜ਼ਿਆਦਾ ਮਨ ਲੱਗਦਾ ਨੀ ਸੀ। ਹਮੇਸ਼ਾ ਤੈਨੂੰ ਹਾਏ ਸਰਕਾਰੀ ਨੌਕਰੀ! ਹਾਏ ਸਰਕਾਰੀ ਨੌਕਰੀ! ਕਰਦੇ ਹੀ ਸੁਣਿਆ ਸੀ। ਮਿਹਨਤ ਵੀ ਬਹੁਤ ਕੀਤੀ ਤੂੰ, ਅਤੇ ਅਰਦਾਸਾਂ ਵੀ। ਰੱਬ ਦਾ ਸ਼ੁਕਰ ਕਰਿਆ ਕਰ ਤੂੰ, ਸਾਬ੍ਹ ਬਣ ਗਿਆ ਹੁਣ। ਉੱਝ ਵਾਹੀ 'ਚ ਰੱਖਿਆ ਵੀ ਕੀ ਏ ! ਮੇਰਾ ਤਾਂ ਸਰਦਾ ਨੀਂ, ਬੇਬੇ ਕੱਲੀ ਐ ਘਰ, ਨਹੀਂ ਤਾਂ ਮੈਂ ਵੀ ਕੋਈ ਹੀਲਾ-ਵਸੀਲਾ ਕਰ ਭਰਤੀ ਹੋ ਜਾਣਾ ਸੀ।"

ਸਾਈਕਲ ਰੋਕ ਕੇ ਮੰਗਾ ਸਿੰਘ ਨੇ, ਰੇਲਵੇ ਸਟੇਸ਼ਨ ਤੇ ਫ਼ੌਜੀ ਵਰਦੀ ਪਾਈ, ਮੁੱਛਾਂ ਨੂੰ ਵੱਟ ਦੇਈ, ਅਤੇ ਪੇਚਵੀਂ ਮੂੰਗੀਆ ਪੱਗ ਬੰਨ੍ਹੀ ਖੜੇ ਆਪਣੇ ਬਚਪਨ ਦੇ ਯਾਰ ਚਰਨ ਸਿੰਘ ਨੂੰ ਕਿਹਾ।

"ਹੋਰ ਸੁਣਾ, ਕਹਿੰਦਾ ਹੋਇਆ ਮੰਗਾ ਸਿੰਘ ਹੱਥ ਮਿਲਾਉਣ ਲਈ ਆਪਣੇ ਸਾਈਕਲ ਤੋਂ ਉਤਰਿਆ ਹੀ ਸੀ, ਕਿ ਗੱਡੀ ਸੂਕਾਂ ਮਾਰਦੀ ਆਉਂਦੀ ਦਿਖਾਈ ਦਿੱਤੀ, ਜਿਸ ਕਰਕੇ ਉਸ ਨੂੰ ਆਪਣੇ ਯਾਰ ਨਾਲ ਜ਼ਿਆਦਾ ਗੱਲ ਕਰਨ ਦਾ ਸਮਾਂ ਨਾ ਮਿਲਿਆ। ਉਹਦਾ ਮਨ ਥੋੜਾ ਉਦਾਸ ਜ਼ਰੂਰ ਹੋਇਆ ਪਰ ਅੰਦਰੋਂ ਉਸ ਨੂੰ ਚਰਨ ਸਿੰਘ ਦੇ ਸੁਪਨੇ ਨੂੰ ਪੂਰਾ ਹੋਇਆ ਦੇਖ ਖੁਸ਼ੀ ਵੀ ਸੀ।

ਮੰਗਾ ਜਾਂਦੇ ਹੋਏ ਚਰਨ ਸਿੰਘ ਨੂੰ ਹੱਥ ਚੱਕਦਾ ਹੋਇਆ ਬੋਲਿਆ, "ਚੰਗਾ ਬਾਈ ਫੇਰ ਮਿਲਦੇ ਆਂ, ਜਦ ਤੂੰ ਛੁੱਟੀ ਆਇਆ। ਤੇਰੇ ਤੋਂ ਪਾਰਟੀ ਵੀ ਲੈਣੀ ਐਂ।"

ਇਸ ਸਾਰੇ ਸਮੇਂ ਦੌਰਾਨ ਚਰਨ ਸਿੰਘ ਫ਼ੌਜੀ ਤਾਂ ਕਿਸੇ ਹੋਰ ਹੀ ਖ਼ਿਆਲਾਂ ਵਿੱਚ ਸੀ, ਪਰ ਜਾਂਦੇ-ਜਾਂਦੇ ਰੇਲ ਡੱਬੇ ਦੀ ਖਿੜਕੀ ਨੂੰ ਹੱਥ ਪਾਉਂਦਾ ਬੋਲਿਆ ...

"ਬਾਈ ਸੁਕਰ ਤਾਂ ਕਾਹਦਾ, ਮੋਢੇ ਤੇ ਰਫਲਾਂ ਰੱਖਣੀਆਂ ਤੇ ਪਰਿਵਾਰ ਤੋਂ ਦੂਰ ਰਹਿਣਾ ਕਿਹੜਾ ਸੌਖੈ, ਤੇਰਾ ਵਧੀਐ, ਆਪਣਾ ਮਾਲਕ ਆਪ ਤੇ ਘਰ ਦਾ ਘਰੇ।"

ਇਹ ਕਹਿੰਦਾ ਫ਼ੌਜੀ ਤਾਂ ਗੱਡੀ ਚੜ੍ਹ ਗਿਆ ਪਰ ਮੰਗਾ ਉੱਥੇ ਖੜ੍ਹਾ ਇਹ ਸਮਝਣ ਦੀ ਕੋਸ਼ਿਸ਼ ਕਰ ਰਿਹਾ ਸੀ, ਕਿ ਰੱਬ ਦਾ ਸ਼ੁਕਰਗੁਜਾਰ ਉਹ ਨਹੀਂ ਜਾਂ ਮੈਂ !

ਸ਼ੁਕਰਗੁਜ਼ਾਰ

'ਦੂਸਰੇ ਦੀ ਥਾਲੀ ਵਿੱਚ ਲੱਡੂ ਵੱਡਾ ਲੱਗਦੈ', ਇਹ ਕਹਾਵਤ ਸ਼ਇਦ ਇਸ ਕਹਾਣੀ ਲਈ ਪੂਰੀ ਢੁਕਵੀਂ ਹੈ। ਦੁਨੀਆਂ ਵਿਚ ਹਰ ਇਨਸਾਨ ਚੰਗੀ ਜ਼ਿੰਦਗੀ ਜਿਊਣਾ ਚਾਹੁੰਦਾ ਹੈ, ਜਿਸ ਲਈ ਉਹ ਹਰ ਕੋਸ਼ਿਸ਼ ਕਰਦਾ ਹੈ।

ਕਈ ਵਾਰ ਉਹ ਸੁੱਖ ਸਹੂਲਤਾਂ ਪ੍ਰਾਪਤ ਤਾਂ ਕਰ ਲੈਂਦਾ ਹੈ ਪਰ ਕੁੱਝ ਸਮੇਂ ਬਾਅਦ ਉਹਦੇ ਲਈ ਉਹ ਐਨੀਆਂ ਮਹੱਤਵਪੂਰਨ ਨਹੀਂ ਰਹਿੰਦੀਆਂ। ਪਰਮਾਤਮਾ ਦਾ ਸ਼ੁਕਰਾਨਾ ਕਰਨ ਦੀ ਬਜਾਏ ਉਹ ਉਹਨਾਂ ਵਿੱਚ ਕਮੀਆਂ ਲੱਭਣ ਲੱਗ ਜਾਂਦਾ ਹੈ, ਜਦ ਕਿ ਉਸੇ ਸਮੇਂ ਦੂਸਰੇ ਇਨਸਾਨ ਲਈ ਉਹ ਇੱਕ ਸੁਪਨਾ ਹੁੰਦੀਆਂ ਹਨ। ਮਤਲਬ ਇਹ ਕਿ ਹਰ ਕਿਸੇ ਨੂੰ ਦੂਜੇ ਦੀ ਥਾਲੀ ਵਿੱਚ ਪਿਆ ਲੱਡੂ ਹਮੇਸ਼ਾ ਹੀ ਵੱਡਾ ਲੱਗਦਾ ਹੈ।

ਕਹਾਣੀ ਵਿੱਚ ਇਸ ਗੱਲ ਦਾ ਅਹਿਸਾਸ ਮੰਗਾ ਸਿੰਘ ਨੂੰ ਉਸ ਸਮੇਂ ਹੁੰਦਾ ਹੈ, ਜਿਸ ਵੇਲੇ ਉਹ ਆਪਣੇ ਦੋਸਤ ਚਰਨ ਸਿੰਘ ਨੂੰ ਚੰਗੀ ਨੌਕਰੀ ਮਿਲਣ ਕਰਕੇ ਉਸਨੂੰ ਪਰਮਾਤਮਾ ਦਾ ਸ਼ੁਕਰਗੁਜ਼ਾਰ ਹੋਣ ਲਈ ਕਹਿੰਦਾ ਹੈ।

ਪਰ ਜਵਾਬ ਵਿਚ ਚਰਨ ਸਿੰਘ ਆਖਦਾ ਹੈ, "ਸ਼ੁਕਰ ਤਾਂ ਕਾਹਦਾ, ਨੌਕਰੀ ਕਰਨੀ ਕਿਹੜਾ ਸੌਖੀ ਹੈ !"

ਉਲਟਾ ਇਹ ਵੀ ਕਹਿੰਦਾ ਹੈ ਕਿ ਮੰਗਾ ਸਿੰਘ ਦੀ ਜ਼ਿੰਦਗੀ ਉਸ ਨਾਲੋਂ ਕਿਤੇ ਚੰਗੀ ਹੈ ਕਿਉਂਕਿ ਉਹ ਆਪਣਾ ਮਾਲਕ ਆਪ ਹੈ।

ਬੁਰੀ ਸੰਗਤ

ਗੁਰਦੁਆਰਾ ਸਾਹਿਬ ਦਾ ਦੀਵਾਨ ਹਾਲ ਖਚਾ-ਖਚ ਭਰਿਆ ਹੋਇਆ ਸੀ। ਇਲਾਕੇ ਦੀਆਂ ਮੰਨੀਆਂ-ਪ੍ਰਮੰਨੀਆਂ ਸ਼ਖਸੀਅਤਾਂ, ਰਿਸ਼ਤੇਦਾਰ ਅਤੇ ਪਿੰਡ ਦੇ ਲੋਕ, ਸਭ ਗੁਰਦੁਆਰਾ ਪ੍ਰਧਾਨ ਦੀ ਅੰਤਿਮ ਅਰਦਾਸ ਤੇ ਪੁਰੰਚੇ ਹੋਏ ਸਨ। ਭੋਗ ਦੀ ਅਰਦਾਸ ਤੋਂ ਬਾਅਦ ਗੁਰਦੁਆਰਾ ਕਮੇਟੀ ਦੇ ਸੈਕਟਰੀ ਸਾਹਿਬ ਨੇ ਦੂਰੋਂ ਨੇੜਿਓਂ ਆਈਆਂ ਸੰਗਤਾਂ ਦਾ ਧੰਨਵਾਦ ਕੀਤਾ ਅਤੇ ਸਵਰਗਵਾਸੀ ਪ੍ਰਧਾਨ ਸਾਹਿਬ ਨੂੰ ਸ਼ਰਧਾਂਜਲੀ ਦਿੰਦਿਆਂ ਕਿਹਾ ...

"ਪ੍ਰਮਾਤਮਾ ਵਿਛੜੀ ਰੂਹ ਨੂੰ ਆਪਣੇ ਚਰਨਾਂ ਵਿੱਚ ਨਿਵਾਜੇ। ਪ੍ਰਧਾਨ ਜੀ ਇੱਕ ਸਮਾਜ ਸੁਧਾਰਕ, ਧਰਮੀ ਅਤੇ ਸੱਚ ਤੇ ਪਹਿਰਾ ਦੇਣ ਵਾਲੇ ਨੇਕ ਇਨਸਾਨ ਸਨ, ਜਿਨ੍ਹਾਂ ਦੇ ਜਾਣ ਦਾ ਘਾਟਾ ਪਰਿਵਾਰ ਨੂੰ ਹੀ ਨਹੀਂ ਸਗੋਂ ਸਾਰੇ ਪਿੰਡ ਨੂੰ, ਵਿਸ਼ੇਸ਼ ਤੌਰ ਤੇ ਮੈਨੂੰ ਵੀ ਪਿਆ ਹੈ, ਜਿਹੜਾ ਕਦੇ ਵੀ ਪੂਰਾ ਨਹੀਂ ਹੋਣਾ। ਉਹ ਸਾਡੇ ਗੁਰਦੁਆਰਾ ਪ੍ਰਧਾਨ ਹੋਣ ਦੇ ਨਾਲ-ਨਾਲ ਇੱਕ ਚੰਗੇ ਮਾਰਗ ਦਰਸ਼ਕ ਵੀ ਸਨ, ਜੋ ਕਮੇਟੀ ਦੇ ਕੰਮਾਂ ਨੂੰ ਸਚੁੱਜੇ ਢੰਗ ਨਾਲ ਨੇਪਰੇ ਚਾੜਨ ਲਈ ਮੇਰੇ ਮੋਢੇ ਨਾਲ ਮੋਢਾ ਜੋੜ ਕੇ ਖੜ੍ਹਦੇ ਸਨ।"

ਉਂਝ ਕਮੇਟੀ ਦੀ ਆਪਸੀ ਫੁੱਟ ਕਿਸੇ ਕੋਲੋਂ ਲੁਕੀ ਨਹੀਂ ਸੀ ਪਰ ਫਿਰ ਵੀ ਲੋਕ ਇਹ ਸਾਰਾ ਕੁੱਝ ਸੁਣ ਰਹੇ ਸਨ। ਉੱਥੇ ਹੀ ਸੰਗਤ ਵਿੱਚ ਸੈਕਟਰੀ ਦਾ ਪੋਤਾ ਵੀ ਆਪਣੇ ਪਿਤਾ ਨਾਲ ਬੈਠਾ ਇਹ ਵਖਿਆਨ ਸੁਣ ਰਿਹਾ ਸੀ। ਉਹ ਮਨ ਹੀ ਮਨ ਵਿਚ ਉਸ ਰਾਤ ਬਾਰੇ ਸੋਚ ਰਿਹਾ ਸੀ, ਜਦ ਇੱਕ ਦਿਨ ਉਸਦੇ ਦਾਦਾ ਜੀ ਘਰ ਆ ਕੇ ਬਹੁਤ ਹੀ ਗੁੱਸੇ ਵਿੱਚ ਕਹਿ ਰਹੇ ਸਨ ...

"ਪ੍ਰਧਾਨ ਨੇ ਤਾਂ ਮੇਰਾ ਜਿਉਣਾ ਤੇ ਕੰਮ ਕਰਨਾ ਦੁੱਭਰ ਕੀਤਾ ਹੋਇਐ, ਐਵੇਂ ਇਸ ਵਾਰ ਪੰਚਾਇਤ ਦੇ ਦਬਦਬੇ ਕਰਕੇ ਪ੍ਰਧਾਨ ਬਣ ਗਿਆ, ਉਂਝ ਜ਼ਿਆਦਾ ਲੋਕ ਤਾਂ ਮੇਰੇ ਹੱਕ ਵਿੱਚ ਸਨ।"

ਦਾਦਾ ਜੀ ਨੇ ਉਸ ਦਿਨ ਝੂਠਾ, ਬੇਈਮਾਨ ਤੇ ਹੋਰ ਵੀ ਬਹੁਤ ਅਪਮਾਨਜਨਕ ਸ਼ਬਦ ਵਰਤੇ ਸਨ ਪ੍ਰਧਾਨ ਜੀ ਲਈ। ਐਨਾ ਹੀ ਨਹੀਂ ਸਗੋਂ ਇਹ ਵੀ ਕਿਹਾ ...

"ਐਸੇ ਦੀ ਤਾਂ ਸੰਗਤ ਵੀ ਮਾੜੀ ਐ, ਜੋ ਗੁਰੂਘਰ ਖੜ੍ਹ ਕੇ ਝੂਠ ਬੋਲੇ। ਨਰਕਾਂ ਵਿੱਚ ਵੀ ਢੋਈ ਨੀ ਮਿਲਦੀ ਐਹੋ ਜਿਹੇ ਨੂੰ। ਬੱਚ ਕੇ ਰਹਿਣਾ ਚਾਹੀਦੈ , ਇਸ ਤਰ੍ਹਾਂ ਦੇ ਬੰਦੇ ਤੋਂ।"

ਜਿਵੇਂ-ਜਿਵੇਂ ਸੈਕਟਰੀ ਸਾਹਿਬ ਦੀਵਾਨ ਹਾਲ ਵਿੱਚ ਖੜ੍ਹੇ ਪ੍ਰਧਾਨ ਸਾਹਿਬ ਦੀਆਂ ਤਾਰੀਫ਼ਾਂ ਦੇ ਪੁਲ ਬੰਨ੍ਹ ਰਹੇ ਸਨ, ਉਵੇਂ-ਉਵੇਂ ਹੀ ਉਹਨਾਂ ਦਾ ਪੋਤਾ ਉੱਥੋਂ ਉੱਠਣ ਲਈ ਮਜ਼ਬੂਰ ਹੋ ਰਿਹਾ ਸੀ।

ਆਖ਼ਰ ਉਹ ਉੱਥੋਂ ਉੱਠ ਕੇ ਘਰ ਆ ਗਿਆ।

ਜਦ ਬਾਕੀ ਪਰਿਵਾਰ ਘਰ ਪਰਤਿਆ ਤਾਂ ਉਹਨਾਂ ਕਾਕੇ ਨੂੰ ਗੁਰਦੁਆਰੇ ਤੋਂ ਜਲਦੀ ਆਉਣ ਅਤੇ ਦਾਦਾ ਜੀ ਨਾਲ ਚੰਗੀ ਤਰ੍ਹਾਂ ਗੱਲ ਨਾ ਕਰਨ ਦਾ ਕਾਰਨ ਪੁੱਛਿਆ। ਉਹਦੇ ਜਵਾਬ ਨੇ ਸਾਰੇ ਪਰਿਵਾਰ ਦੇ ਪੈਰਾਂ ਹੇਠੋ ਜ਼ਮੀਨ ਕੱਢ ਦਿੱਤੀ।

ਕਾਕੇ ਦੇ ਬੋਲ ਸਨ, "ਦਾਦਾ ਜੀ ਦੀ ਸਿੱਖਿਆ ਤੇ ਹੀ ਚੱਲ ਰਿਹਾ ਹਾਂ ਜੋ ਉਸ ਰਾਤ ਦਿੱਤੀ ਸੀ, ਬਈ 'ਝੂਠੇ ਦੀ ਸੰਗਤ ਕੀਤੀ ਵੀ ਮਾੜੀ' !"

ਬੁਰੀ ਸੰਗਤ

ਅੱਜ-ਕੱਲ੍ਹ ਸਾਡੇ ਸਮਾਜ ਵਿੱਚ ਇੱਕ ਮਾੜੀ ਰਵਾਇਤ ਚੱਲ ਰਹੀ ਹੈ - ਜਿਊਂਦੇ ਦੀ ਬੁਰਾਈ ਕਰਨਾ ਅਤੇ ਮਰੇ ਦੀ ਪ੍ਰਸ਼ੰਸਾ।

ਜਦੋਂ ਕੋਈ ਇਨਸਾਨ ਜੀਵਤ ਹੁੰਦਾ ਹੈ, ਲੋਕ ਅਕਸਰ ਉਸਦੀ ਪਿੱਠ ਪਿੱਛੇ ਜਾਂ ਕਈ ਵਾਰ ਸਾਹਮਣੇ ਵੀ ਮਾੜਾ ਬੋਲਦੇ ਹਨ, ਪਰ ਮਰਨ ਤੋਂ ਬਾਅਦ, ਉਸੇ ਨੂੰ ਹੀ ਚੰਗਾ ਵਿਅਕਤੀ ਕਹਿੰਦੇ ਹਨ।

ਇਹੀ ਗੱਲ ਇਸ ਕਹਾਣੀ ਵਿੱਚ ਦਰਸਾਈ ਗਈ ਹੈ। ਜਦ ਗੁਰਦੁਆਰਾ ਸਾਹਿਬ ਦੇ ਪ੍ਰਧਾਨ ਦੀ ਅੰਤਿਮ ਅਰਦਾਸ ਹੋ ਰਹੀ ਸੀ, ਤਾਂ ਉਹੀ ਸੈਕਟਰੀ, ਜੋ ਹਮੇਸ਼ਾ ਪ੍ਰਧਾਨ ਦੀ ਬੁਰਾਈ ਕਰਦਾ ਸੀ, ਉਸਦੇ ਮਰਨ ਮਗਰੋਂ ਪ੍ਰਸ਼ੰਸਾ ਦੇ ਪੁਲ ਬੰਨ੍ਹ ਰਿਹਾ ਸੀ।

ਕਹਾਣੀ ਵਿੱਚ 'ਦੋਹਰੇ ਮਾਪਦੰਡ' ਅਤੇ 'ਝੂਠ ਬੋਲਣ' ਦੇ ਮਹੱਤਵਪੂਰਨ ਵਿਸ਼ਿਆਂ ਨੂੰ ਵੀ ਛੋਹਿਆ ਗਿਆ ਹੈ।

ਸੈਕਟਰੀ ਸਾਹਿਬ ਪਹਿਲਾਂ ਤਾਂ ਆਪਣੇ ਪੋਤੇ ਦੇ ਸਾਹਮਣੇ ਪ੍ਰਧਾਨ ਸਾਹਿਬ ਨੂੰ ਮਾੜਾ ਆਖਦੇ ਹਨ, ਪਰ ਫਿਰ ਅੰਤਿਮ ਅਰਦਾਸ ਵੇਲੇ ਉਸਨੂੰ ਬਹੁਤ ਚੰਗਾ ਇਨਸਾਨ ਕਹਿੰਦੇ ਹਨ।

ਇਹ ਦੋਹਰੇ ਮਾਪਦੰਡ, ਇੱਕ ਬੱਚੇ ਦੀ ਮਾਨਸਿਕਤਾ 'ਤੇ ਗਹਿਰਾ ਅਸਰ ਛੱਡਦੇ ਹਨ। ਬੱਚਾ ਆਪਣੇ ਦਾਦਾ ਜੀ ਦੇ ਝੂਠ ਬੋਲਣ ਤੇ ਉਹਨਾਂ ਦੀ 'ਬੁਰੀ ਸੰਗਤ' ਨਹੀਂ ਕਰਨਾ ਚਾਹੁੰਦਾ।

ਸੌੜੀ ਸੋਚ

ਸਾਰੇ ਗਲੀ ਗੁਆਂਢ ਵਿਚ ਇੱਕ ਅਜੀਬ ਚਰਚਾ ਚੱਲ ਰਹੀ ਸੀ। ਇਹ ਸੀ ਪਾਲੀ ਅਤੇ ਜੀਤ ਦੇ ਵਿਆਹ ਦੀ। ਦੋਵੇਂ ਜਣੇ ਬਹੁਤ ਸਮਝਦਾਰ ਅਤੇ ਚੰਗੇ ਪੜ੍ਹੇ-ਲਿਖੇ ਨੌਜਵਾਨ ਸਨ। ਸਿਰਫ਼ ਇਹ ਹੀ ਨਹੀਂ ਸਗੋਂ ਦੋਹਾਂ ਦੇ ਪਰਿਵਾਰ ਇਹਨਾਂ ਤੋਂ ਵੀ ਵੱਧ ਅਗਾਂਹਵਧੂ ਤੇ ਸੂਝਵਾਨ ਸਨ।

ਇੱਕੋ ਹੀ ਕਾਲਜ ਵਿੱਚ ਪੜ੍ਹਦੇ ਹੋਣ ਕਰਕੇ ਉਹ ਇੱਕ ਦੂਜੇ ਨੂੰ ਬਹੁਤ ਚੰਗੀ ਤਰ੍ਹਾਂ ਜਾਣਦੇ ਸਨ। ਦੋਵੇਂ ਵਧੀਆ ਸੋਚ ਦੇ ਮਾਲਕ ਸਨ ਅਤੇ ਸਮਾਜਿਕ ਕੁਰੀਤੀਆਂ ਦੇ ਵਿਰੁੱਧ ਖੁੱਲ੍ਹ ਕੇ ਬੋਲਦੇ ਸਨ। ਉਹਨਾਂ ਦੀਆਂ ਗੱਲਾਂ ਸਿਰਫ਼ ਕਿਤਾਬਾਂ ਜਾਂ ਲੇਖਾਂ ਨੂੰ ਸਮਝਾਉਣ ਤੱਕ ਹੀ ਸੀਮਿਤ ਨਹੀਂ ਸਨ, ਬਲਕਿ ਉਹ ਆਪਣੀ ਜ਼ਿੰਦਗੀ ਵਿੱਚ ਵੀ ਚੰਗੇ ਆਦਰਸ਼ ਅਪਣਾ ਕੇ, ਦੁਨੀਆਂ ਅੱਗੇ ਇੱਕ ਮਿਸਾਲ ਬਣਨਾ ਚਾਹੁੰਦੇ ਸਨ।

ਘਰਦਿਆਂ ਨੇ ਉਹਨਾਂ ਦੀ ਆਪਸੀ ਦੋਸਤੀ ਤੇ ਚੰਗੀ ਸੋਚ ਨੂੰ ਦੇਖਦਿਆਂ, ਦੋਹਾਂ ਦਾ ਇਕ ਦੂਜੇ ਨਾਲ ਵਿਆਹ ਕਰਨ ਦਾ ਫੈਸਲਾ ਕੀਤਾ। ਇਸ ਵਿਆਹ ਦੀ ਸਭ ਤੋਂ ਪਹਿਲੀ ਸ਼ਰਤ ਬੱਚਿਆਂ ਵਲੋਂ ਇਹ ਰੱਖੀ ਗਈ ਕਿ ਵਿਆਹ ਸਾਦਾ ਹੋਣਾ ਚਾਹੀਦਾ ਹੈ, ਜੋ ਪਰਿਵਾਰਾਂ ਨੇ ਬਹੁਤ ਸਮਝਦਾਰੀ ਤੋਂ ਕੰਮ ਲੈਂਦਿਆਂ ਪ੍ਰਵਾਨ ਕਰ ਲਈ।

ਆਖ਼ਿਰ ਵਿਆਹ ਵਾਲਾ ਦਿਨ ਆ ਗਿਆ। ਪਿੰਡ ਵਾਲਿਆਂ ਅਤੇ ਰਿਸ਼ਤੇਦਾਰਾਂ ਨੂੰ ਇਸ ਦਿਨ ਦੀ ਬੇਸਬਰੀ ਨਾਲ ਉਡੀਕ ਸੀ ਕਿ ਐਨੇ ਤਕੜੇ ਘਰ ਦਾ ਇਕੱਲਾ ਮੁੰਡਾ, ਜਦ ਵੀ ਵਿਆਹ ਹੋਵੇਗਾ, ਪੂਰੇ ਧੂਮ-ਧੜੱਕੇ, ਵਾਜੇ-ਗਾਜੇ, ਚੰਗੇ ਦਾਜ ਅਤੇ ਇੱਕ ਭਾਰੀ ਇਕੱਠ ਵਿੱਚ ਹੋਵੇਗਾ। ਕੁੜੀ ਦੇ ਰਿਸ਼ਤੇਦਾਰਾਂ ਤੇ ਗਲੀ ਗੁਆਂਢ ਨੂੰ ਵੀ ਉਮੀਦ ਸੀ ਕਿ ਉਹ ਵਿਆਹ 'ਚ ਚੰਗਾ ਦਾਜ ਦੇਣਗੇ।

ਪਰ ਹੋਇਆ ਇਸ ਦੇ ਬਿਲਕੁਲ ਉਲਟ ! ਨਾ ਕਿਸੇ ਨੂੰ ਵਿਆਹ ਤੇ ਸੱਦਿਆ ਗਿਆ, ਨਾ ਜਾਗੋ ਕੱਢੀ ਗਈ, ਅਤੇ ਨਾ ਹੀ ਕੋਈ ਡੀਜੇ ਵਗੈਰਾ ਲਾਇਆ। ਵਿਆਹ ਬਹੁਤ ਹੀ ਖੁਸ਼ੀ-ਖੁਸ਼ੀ ਨੇਪਰੇ ਚੜੂ ਗਿਆ। ਨਾ ਕੋਈ ਫੁੱਫੜ ਰੁੱਸਿਆ, ਨਾ ਕਿਸੇ ਪ੍ਰਾਹੁਣੇ ਸ਼ਰਾਬ ਪੀ ਖ਼ਰਾਬੀ ਕੀਤੀ ਅਤੇ ਨਾ ਹੀ ਕੋਈ ਡੀਜੇ ਵਾਲਾ ਕੁੱਟਿਆ ਗਿਆ।

ਦਰਅਸਲ, ਵਿਆਹ ਸਿਰਫ਼ 20 ਕੁ ਬੰਦਿਆਂ ਦੀ ਮੌਜੂਦਗੀ ਵਿਚ ਹੋਇਆ, ਜਿਸ ਵਿੱਚੋਂ 10 ਕੁੜੀ ਵਾਲਿਆਂ ਵਲੋਂ ਅਤੇ ਤਕਰੀਬਨ ਐਨੇ ਕੁ ਹੀ ਮੁੰਡੇ ਵਾਲਿਆਂ ਦੇ ਸਨ। ਗੁਰਦੁਆਰਾ ਸਾਹਿਬ ਵਿੱਚ ਕੁੜੀ-ਮੁੰਡੇ ਨੇ ਸਾਦਾ ਕੱਪੜੇ ਪਹਿਨ, ਗੁਰੂ ਸਾਹਿਬ ਦੇ ਸਤਿਕਾਰ ਤੇ ਮਰਿਆਦਾ ਦਾ ਪੂਰਾ ਧਿਆਨ ਰੱਖਦੇ ਹੋਏ ਲਾਵਾਂ ਲਈਆਂ। ਵਿਆਹ ਵਿੱਚ ਦਾਜ, ਗਹਿਣੇ ਜਾਂ ਮਿਲਣੀਆਂ ਆਦਿ ਦੀ ਕੋਈ ਥਾਂ ਨਹੀਂ ਸੀ। ਪਰਿਵਾਰ ਵਾਲੇ ਅਤੇ ਨਵ-ਵਿਆਹੀ ਜੋੜੀ, ਸਾਰੇ ਬੇਹੱਦ ਖੁਸ਼ ਸਨ।

ਪਰ ਇਹਨਾਂ ਪਰਿਵਾਰਾਂ ਬਾਰੇ, ਸੌੜੀ ਸੋਚ ਵਾਲਿਆਂ ਦਾ ਖ਼ਿਆਲ ਕੁੱਝ ਇਸ ਪ੍ਰਕਾਰ ਸੀ ...

"ਲੱਗਦੈ ਕੁੜੀ ਮਾੜੇ ਘਰੋਂ ਹੋਣੀ ਐ, ਤਾਹੀਂ ਕੁੱਝ ਦਿੱਤਾ ਨੀ, ਬਸ ਗੁਰਦੁਆਰੇ ਆਨੰਦ ਕਾਰਜ ਕਰ ਕੇ ਤੋਰ ਦਿੱਤੀ !"

ਕੁੜੀ ਵਾਲੇ ਪਾਸਿਓਂ ਕਹਿ ਰਹੇ ਸਨ ...

"ਮੁੰਡਾ ਦੁਹਾਜੂ ਹੋਣੈ, ਜਾਂ ਹੋਰ ਜਾਤ ਦਾ। ਕਹਿੰਦੇ ਐ ਆਪਣੀ ਮਰਜੀ ਨਾਲ ਕਰਵਾਇਐ ਵਿਆਹ। ਵਿਚਾਰਿਆਂ ਨੇ ਸ਼ਰਮੇ-ਸ਼ਰਮੀ ਇਕੱਲਿਆਂ ਹੀ ਤੋਰ ਦਿੱਤੀ ਕੁੜੀ। ਕੀ ਜਿਉਣਾ ਐਸੇ ਮਾਂ-ਪਿਉ ਦਾ ਜਿਹਨਾਂ ਦੇ ਇਹੋ-ਜਿਹੇ ਧੀਆਂ-ਪੁੱਤ ਹੋਣ !"

ਸੌੜੀ ਸੋਚ

ਕਹਾਣੀ 'ਸੌੜੀ ਸੋਚ' ਸਾਡੇ ਸਮਾਜ ਵਿੱਚ ਲੋਕਾਂ ਦੀ ਬਿਨਾਂ ਕਿਸੇ ਗੱਲ ਨੂੰ ਜਾਣੇ ਤੇ ਸਮਝੇ, ਉਸ ਬਾਰੇ ਆਪਣੀ ਰਾਏ ਬਣਾਉਣ, ਕਿਸੇ ਨੂੰ ਮਾੜਾ ਕਹਿਣ ਜਾਂ ਫੇਰ ਸਮਾਜ ਵਿੱਚ ਜੋ ਚੱਲ ਰਿਹਾ, ਭਾਵੇਂ ਉਹ ਗਲਤ ਹੀ ਕਿਉਂ ਨਾ ਹੋਵੇ, ਨੂੰ ਪ੍ਰਵਾਨ ਕਰਨ ਦੀ ਸਮੱਸਿਆ ਨੂੰ ਪੇਸ਼ ਕਰਨ ਦੀ ਕੋਸ਼ਿਸ਼ ਕੀਤੀ ਗਈ ਹੈ।

ਇਸ ਕਹਾਣੀ ਵਿੱਚ ਪੜ੍ਹੇ-ਲਿਖੇ ਅਤੇ ਚੰਗੀ ਸੋਚ ਰੱਖਣ ਵਾਲੇ ਬੱਚੇ, ਵਿਆਹ ਉੱਤੇ ਵਾਧੂ ਖ਼ਰਚ ਅਤੇ ਬੇਲੋੜੇ ਰੀਤੀ-ਰਿਵਾਜਾਂ ਨੂੰ ਘਟਾ ਕੇ, ਸਧਾਰਨ ਤਰੀਕੇ ਨਾਲ ਆਪਣੇ ਵਿਆਹ ਨੂੰ, ਪਰਿਵਾਰਾਂ ਦੀ ਸਹਿਮਤੀ ਨਾਲ ਸੁਚੱਜੇ ਢੰਗ ਨਾਲ ਨੇਪਰੇ ਚਾੜ੍ਹਦੇ ਹਨ।

ਪਰ ਕੁੱਝ ਲੋਕ ਆਪਣੀ ਪੱਛੜੀ ਸੋਚ ਨੂੰ ਮੁਹਰੇ ਰੱਖ, ਮੁੰਡਾ-ਕੁੜੀ ਦੇ ਚਰਿੱਤਰ ਤੇ ਉਂਗਲੀ ਚੁਕਦਿਆਂ ਕਹਿ ਦਿੰਦੇ ਨੇ ਕਿ ਜੇਕਰ ਵਿਆਹ ਚੱਲ ਰਹੇ ਤੌਰ-ਤਰੀਕਿਆਂ ਦੇ ਅਨੁਸਾਰ ਨਹੀਂ ਹੋਇਆ, ਤਾਂ ਲਾਜ਼ਮੀ ਹੈ ਕਿ ਕੋਈ ਨਾ ਕੋਈ ਗੜਬੜ ਜ਼ਰੂਰ ਹੈ।

ਲੋਕ ਸਧਾਰਨ ਵਿਆਹ-ਕਾਰਜਾਂ ਦੇ ਸ਼ਲਾਘਾਯੋਗ ਉਪਰਾਲੇ ਨੂੰ ਚੰਗਾ ਕਹਿਣ ਦੀ ਬਜਾਏ ਸੋਚਦੇ ਹਨ ਕਿ ਮੁੰਡੇ ਜਾਂ ਕੁੜੀ ਵਿੱਚ ਕੋਈ ਕਮੀ ਹੋਵੇਗੀ, ਜਿਸ ਕਰਕੇ ਵਿਆਹ ਚੁੱਪ-ਚਪੀਤੇ ਕਰ ਦਿੱਤਾ।

ਬਹੁਤਾ ਖਾਂਦੀ, ਥੋੜ੍ਹਿਓਂ ਵੀ ਗਈ

ਬੂਟਾ ਸਿੰਘ ਦੇ ਦੋ ਮੁੰਡੇ ਅਤੇ ਇੱਕ ਕੁੜੀ ਸੀ। ਉਸਦਾ ਇੱਕ ਛੋਟਾ ਭਰਾ ਵੀ ਸੀ, ਜੋ ਕਿ ਛੜਾ ਸੀ। ਉਮਰ ਟੱਪ ਗਈ, ਅਤੇ ਕੁੱਝ ਕਾਰਨਾਂ ਕਰਕੇ ਵਿਆਹਿਆ ਨਹੀਂ ਸੀ ਗਿਆ। ਉਂਝ ਪਿੰਡ ਵਾਲਿਆਂ ਵਿੱਚ ਤਾਂ ਇਹੀ ਗੱਲ ਸੀ ਕਿ ਵੱਡੀ ਭਰਜਾਈ ਨੇ ਜ਼ਮੀਨ ਦੇ ਲਾਲਚ ਕਰਕੇ ਸਾਕ ਸਿਰੇ ਨੀ ਚੜ੍ਹਨ ਦਿੱਤਾ, ਵਿਚਾਰੇ ਭਗਤ ਦਾ।

ਬੂਟਾ ਸਿੰਘ ਅਤੇ ਉਸਦੇ ਭਰਾ ਨੂੰ 5-5 ਕਿੱਲੇ ਜ਼ਮੀਨ ਆਉਂਦੀ ਸੀ। ਬੂਟਾ ਸਿੰਘ ਦਾ ਛੋਟਾ ਮੁੰਡਾ ਆਪਣੇ ਚਾਚੇ ਵੱਲ ਰਹਿੰਦਾ ਸੀ, ਮਾਨੋ ਉਹਨੇ ਆਪਣਾ ਪੁੱਤ ਹੀ ਬਣਾਇਆ ਹੋਇਆ ਸੀ। ਸੋ ਪੂਰੀ ਉਮੀਦ ਸੀ, ਉਹਦੇ ਹਿੱਸੇ ਦੇ 5 ਕਿੱਲੇ ਛੋਟੇ ਮੁੰਡੇ ਨੂੰ ਮਿਲਣ ਦੀ। ਸਾਰੇ ਇਹੀ ਸੋਚਦੇ ਸਨ, "ਜਦ ਪੁੱਤ ਹੀ ਮੰਨ ਲਿਆ, ਤਾਂ ਬਣਦਾ ਵੀ ਇਹੀ ਸੀ।"

ਬੂਟਾ ਸਿੰਘ ਦਾ ਵੱਡਾ ਮੁੰਡਾ ਇੱਕ ਸਰਕਾਰੀ ਵਿਭਾਗ ਵਿੱਚ ਠੇਕੇ ਤੇ ਭਰਤੀ ਹੋ ਗਿਆ। ਨੌਕਰੀ ਦੀ ਮਿਆਦ ਭਾਵੇਂ 3 ਸਾਲ ਦੀ ਸੀ, ਪਰ ਕਰਮਚਾਰੀਆਂ ਦਾ ਇਹ ਸੋਚਣਾ ਸੀ ਕਿ, ਧਰਨੇ ਵਗੈਰਾ ਲਾ ਕੇ ਪੱਕੇ ਹੋ ਜਾਵਾਂਗੇ, ਕਿਉਂਕਿ ਪਹਿਲਾਂ ਵੀ ਏਦਾਂ ਬਹੁਤ ਠੇਕੇ ਵਾਲੇ ਪੱਕੇ ਹੋਏ ਸਨ।

ਜ਼ਮੀਨ ਤੇ ਨੌਕਰੀ ਨੇ ਬੂਟਾ ਸਿੰਘ ਦੇ ਪਰਿਵਾਰ ਦੇ ਪੈਰ ਧਰਤੀ ਤੇ ਨਾ ਰਹਿਣ ਦਿੱਤੇ। ਹੁਣ ਵੱਡੇ ਮੁੰਡੇ ਨੂੰ ਚੰਗੀਆਂ ਪੜ੍ਹੀਆਂ-ਲਿਖੀਆਂ ਤੇ ਅਮੀਰ ਘਰਾਂ ਦੀਆਂ ਕੁੜੀਆਂ ਦੇ ਰਿਸ਼ਤੇ ਆਉਣ ਲੱਗੇ, ਜਿਨ੍ਹਾਂ ਵਿੱਚੋਂ ਕੁਝ ਕੁੜੀਆਂ ਨੂੰ ਉਹਦੀ ਮਾਂ ਨੇ ਸਿਰਫ਼ ਸੁਹਣੀਆਂ ਨਾ ਲੱਗਣ ਕਰਕੇ ਇਨਕਾਰ ਕਰ ਦਿੱਤਾ।

ਜਿਹੜੀਆਂ ਕੁੜੀਆਂ ਖੁਬਸੂਰਤ ਸਨ ਅਤੇ ਪੱਕੀ ਸਰਕਾਰੀ ਨੌਕਰੀ ਵਾਲੀਆਂ ਵੀ, ਉਹਨਾਂ ਨੂੰ ਦਾਜ ਦੀ ਮੰਗ ਪੂਰੀ ਨਾ ਹੁੰਦੀ ਦੇਖ, ਮਨਾਂ ਕਰ ਦਿੱਤਾ। ਬੂਟਾ ਸਿੰਘ ਦਾ ਪਰਿਵਾਰ 10 ਲੱਖ ਰੁਪਏ ਨਕਦੀ, ਵਧੀਆ ਵਿਆਹ ਤੇ ਘਰ ਦਾ ਹੋਰ

ਸਾਰਾ ਸਮਾਨ ਦਾਜ ਵਿੱਚ ਲੈਣਾ ਚਾਹੁੰਦਾ ਸੀ। ਪਰ ਪੜ੍ਹੇ-ਲਿਖੇ ਪਰਿਵਾਰਾਂ ਅਤੇ ਉਨ੍ਹਾਂ ਦੀਆਂ ਕੁੜੀਆਂ ਨੂੰ ਇਹ ਗੱਲ ਮਨਜ਼ੂਰ ਨਹੀਂ ਸੀ।

ਜੇ ਕਦੇ ਕੋਈ ਬੂਟਾ ਸਿੰਘ ਦੀ ਘਰ ਵਾਲੀ ਤੋਂ ਪੁੱਛਦਾ ਕਿ ਇੰਨੇ ਸਾਰੇ ਰਿਸ਼ਤੇ ਆਉਂਦੇ ਨੇ ਉਹਦੇ ਮੁੰਡੇ ਨੂੰ, ਪਰ ਕੋਈ ਸਿਰੇ ਕਿਉਂ ਨਹੀਂ ਚੜ੍ਹ ਰਿਹਾ, ਤਾਂ ਉਹ ਬੜੇ ਮਾਣ ਨਾਲ ਕਹਿੰਦੀ...

"ਕੀ ਘਾਟਾ ਐ ਮੇਰੇ ਪੁੱਤ ਨੂੰ ਰਿਸ਼ਤਿਆਂ ਦਾ? ਸੁੱਖ ਨਾਲ ਵਧੀਆ ਜ਼ਮੀਨ ਹੈ, ਉੱਤੋਂ ਸਰਕਾਰੀ ਨੌਕਰੀ। ਐਵੇਂ ਜਟੀ-ਖਟੀ ਨੂੰ ਕਿਵੇਂ ਹਾਂ ਕਰ ਦਿਆਂ? ਲੋਕ ਤਾਂ ਮੁਫ਼ਤੋ-ਮੁਫਤੀ ਭਾਲਦੇ ਨੇ ਸਾਰਾ ਕੁੱਝ।"

ਤਿੰਨ ਕੁ ਸਾਲ ਲੰਘੇ, ਕਿਸਮਤ ਨੇ ਪੁੱਠਾ ਗੇੜ ਖਾਧਾ। ਇੱਕ ਦਿਨ ਬੂਟੇ ਦਾ ਭਰਾ ਇੱਕ ਜਨਾਨੀ ਘਰ ਲੈ ਆਇਆ। ਉਸਦੀ ਕੁੱਛੜ ਇੱਕ 3 ਕੁ ਸਾਲ ਦਾ ਮੁੰਡਾ ਵੀ ਸੀ। ਉਹ ਉਸ ਨੂੰ 'ਮੁੱਲ ਦੀ ਤੀਵੀਂ' ਕਹਿੰਦਾ ਸੀ, ਪਰ ਪਿੰਡ ਵਿਚ ਸਾਰਿਆਂ ਨੂੰ ਪਹਿਲਾਂ ਹੀ ਸ਼ੱਕ ਸੀ ਕਿ ਉਸ ਦੇ ਕਿਸੇ ਔਰਤ ਨਾਲ ਸੰਬੰਧ ਹਨ, ਜਿਹੜੀ ਨਾਲ ਦੇ ਪਿੰਡ ਕਿਸੇ ਦੇ ਘਰ ਕੰਮ ਕਰਦੀ ਹੈ। ਲੋਕ ਤਾਂ ਇਹ ਮੁੰਡਾ ਵੀ ਬੂਟਾ ਸਿੰਘ ਦੇ ਭਰਾ ਦਾ ਹੀ ਕਹਿ ਰਹੇ ਸਨ।

ਇਸ ਗੱਲ ਨੇ ਬੂਟੇ ਦੇ ਛੋਟੇ ਮੁੰਡੇ ਨੂੰ ਫ਼ਿਕਰ ਪਾ ਦਿੱਤਾ, ਕਿਉਂਕਿ ਉਹ ਤਾਂ ਚਾਚੇ ਦੀ ਜ਼ਮੀਨ ਤੇ ਆਪਣਾ ਹੱਕ ਸਮਝਦਾ ਸੀ। ਪਰ ਹੁਣ ਬਰਾਬਰ ਦਾ ਸ਼ਰੀਕ ਆ ਗਿਆ ਸੀ। ਚਾਚੇ ਦੀ ਪੈਲੀ ਜਾਂਦੀ ਦੇਖ ਉਸ ਨੇ ਆਪਣੇ ਬਾਪ ਨੂੰ ਜ਼ਮੀਨ ਦੇ ਹਿੱਸੇ ਕਰਨ ਲਈ ਕਿਹਾ।

ਇਸੇ ਵੰਡ ਦੇ ਦੌਰਾਨ, ਬੂਟਾ ਸਿੰਘ ਦਾ ਜਵਾਈ ਵੀ ਵਗਦੀ ਗੰਗਾ ਵਿੱਚ ਹੱਥ ਧੋ ਗਿਆ। ਉਸ ਨੇ ਤਲਾਕ ਦਾ ਡਰਾਵਾ ਦੇ ਕੇ ਪਤਨੀ ਨੂੰ ਪੇਕਿਆਂ ਤੋਂ ਆਪਣਾ ਹਿੱਸਾ ਲੈ ਕੇ ਆਉਣ ਲਈ ਕਿਹਾ। ਇੱਕ ਹਿੱਸਾ ਵੱਡੇ ਮੁੰਡੇ ਨੂੰ, ਇੱਕ ਛੋਟੇ ਨੂੰ, ਤੇ ਇੱਕ ਕੁੜੀ ਨੂੰ ਦੇਣ ਦੇ ਬਾਅਦ, ਬੂਟਾ ਸਿੰਘ ਨੇ ਬਣਦਾ ਚੌਥਾ ਹਿੱਸਾ ਦੋਵਾਂ ਜੀਆਂ ਦੇ ਗੁਜ਼ਾਰੇ ਲਈ ਰੱਖ ਲਿਆ।

ਇਹਨੀ ਦਿਨੀਂ ਹੀ ਇੱਕ ਦਿਨ ਅਖ਼ਬਾਰ ਵਿੱਚ ਇੱਕ ਖ਼ਬਰ ਛਪੀ ਕਿ ਠੇਕੇ ਤੇ ਕੰਮ ਕਰਦੇ ਕਰਮਚਾਰੀ ਨਹੀਂ ਹੋਣਗੇ ਪੱਕੇ ਅਤੇ ਸਮਾਂ ਪੂਰਾ ਹੋਣ ਤੇ ਨਹੀਂ ਰੱਖ ਸਕਣਗੇ ਆਪਣੀਆਂ ਸੇਵਾਵਾਂ ਨੂੰ ਜਾਰੀ।

ਇਹ ਖ਼ਬਰ ਤਾਂ ਬੂਟਾ ਸਿੰਘ ਦੇ ਪਰਿਵਾਰ, ਖਾਸ ਕਰਕੇ ਵੱਡੇ ਮੁੰਡੇ ਲਈ, ਜਿਵੇਂ ਜਖਮਾਂ 'ਤੇ ਲੂਣ ਭੁੱਕਣ ਵਾਂਗ ਸੀ। ਉਸ ਕੋਲ ਨਾ ਨੌਕਰੀ ਰਹੀ ਅਤੇ ਨਾ ਹੀ ਜ਼ਮੀਨ, ਜੋ 5 ਕਿੱਲਿਆਂ ਤੋਂ ਘਟ ਕੇ ਇੱਕ ਕਿੱਲਾ ਤੇ ਦੋ ਕਨਾਲਾਂ ਰਹਿ ਗਾਈ।

ਹੁਣ ਉਸਦੇ ਰਿਸ਼ਤੇ ਦੀ ਜਿੱਥੇ ਵੀ ਗੱਲ ਚੱਲਦੀ, ਘੱਟ ਜ਼ਮੀਨ ਤੇ ਨੌਕਰੀ ਨਾ ਹੋਣ ਕਰਕੇ ਨਾਂਹ ਹੋ ਜਾਂਦੀ। ਕੁੱਝ ਥਾਵਾਂ ਤੇ ਲੋਕ 'ਮਾਂ ਲਾਲਚੀ ਹੈ', ਕਹਿ ਕੇ ਭਾਣੀ ਮਾਰ ਦਿੰਦੇ। ਵੱਡੇ ਮੁੰਡੇ ਦੀ ਉਮਰ ਟੱਪਦੀ ਜਾ ਰਹੀ ਸੀ।

ਕੁੜੀਆਂ 'ਚ ਸੌ-ਸੌ ਨੁਕਸ ਕੱਢਣ ਅਤੇ ਤਕੜੇ ਘਰ ਮੁੰਡਾ ਵਿਆਹੁਣ ਦੀਆਂ ਗੱਲਾਂ ਕਰਨ ਵਾਲੀ ਬੂਟਾ ਸਿੰਘ ਦੀ ਪਤਨੀ, ਹੁਣ ਕਈ ਵਾਰੀ ਆਂਢ-ਗੁਆਂਢ ਵਿੱਚ ਕਹਿੰਦੀ ਸੁਣੀ ...

"ਨੀ ਬਹੁਤ ਕਰਵਾ ਲਏ ਰਿਸ਼ਤੇ ਤੁਸੀਂ ਲੋਕਾਂ ਨੂੰ, ਹੁਣ ਮੇਰੇ ਪੁੱਤ ਨੂੰ ਵੀ ਕਰਵਾਉ ਕੋਈ, ਭਾਵੇ ਕੋਈ ਗ਼ਰੀਬ ਘਰ ਦੀ ਹੀ ਹੋਵੇ।"

ਇਹ ਗੱਲਾਂ ਸੁਣ ਇੱਕ ਦਿਨ ਇੱਕ ਸਿਆਣੀ ਔਰਤ ਕਹਿਣੋ ਨਾ ਰੁਕ ਸਕੀ,

"ਨੀ ਭੈਣੇ, ਤੂੰ ਤਾਂ ਬਹੁਤਾ ਖਾਂਦੀ, ਥੋੜ੍ਹਿਓ ਵੀ ਗਾਈ !"

ਬਹੁਤਾ ਖਾਂਦੀ, ਥੋੜ੍ਹਿਓਂ ਵੀ ਗਈ

ਕਿਸੇ ਨੇ ਸੱਚ ਹੀ ਕਿਹਾ ਹੈ, "ਬਾਹਲਾ ਮੂੰਹ ਅੱਡੇ ਮੱਖੀਆਂ ਹੀ ਪੈਂਦੀਆਂ ਨੇ!"

ਇਸ ਕਹਾਣੀ ਵਿੱਚ ਵੀ ਇਸੇ ਤਰ੍ਹਾਂ ਦੀ ਘਟਨਾ ਬਿਆਨ ਕਰਦੇ ਹੋਏ, ਸਾਡੇ ਸਮਾਜ ਵਿੱਚ ਵੱਧ ਰਹੇ ਲਾਲਚ ਦੀ ਬਿਮਾਰੀ ਨੂੰ ਸਾਹਮਣੇ ਲਿਆਉਣ ਦੀ ਕੋਸ਼ਿਸ਼ ਕੀਤੀ ਗਈ ਹੈ।

ਪੁਰਾਣੇ ਸਮਿਆਂ ਤੋਂ ਹੀ ਧੀ ਦਾ ਪਰਿਵਾਰ ਮੁੰਡੇ ਵਾਲਿਆਂ ਦੇ ਲਾਲਚ ਨੂੰ ਦਹੇਜ ਦੇ ਨਾਮ ਤੇ ਪੂਰਾ ਕਰਦਾ ਆਇਆ ਹੈ। ਲੋਕ ਆਪਣੀ ਮਿਹਨਤ ਨਾਲ ਕਮਾਈ ਕਰਨ ਦੀ ਬਜਾਏ, ਕੁੜੀ ਵਾਲਿਆਂ ਨੂੰ ਆਪਣੀਆਂ ਮੰਗਾਂ ਪੂਰੀਆਂ ਕਰਨ ਲਈ ਮਜਬੂਰ ਕਰਦੇ ਹਨ, ਜਿਹੜਾ ਉਹਨਾਂ ਦੇ ਮਨ ਅੰਦਰਲੇ ਲਾਲਚ ਨੂੰ ਦਰਸਾਉਂਦਾ ਹੈ।

ਇਸ ਕਹਾਣੀ ਵਿੱਚ ਵੀ ਕੁੱਝ ਇਸੇ ਤਰ੍ਹਾਂ ਦਾ ਵਰਤਾਰਾ ਹੈ। ਇੱਕ ਮਾਂ, ਜੋ ਜ਼ਮੀਨ ਅਤੇ ਆਪਣੇ ਪੁੱਤਰ ਦੀ ਨੌਕਰੀ ਦੇ ਬਾਵਜੂਦ, ਲਾਲਚ ਦੀ ਪੂਰਤੀ ਲਈ, ਲੜਕੀ ਵਾਲਿਆਂ ਦੇ ਪਰਿਵਾਰ ਤੋਂ ਦਾਜ ਦੀ ਮੰਗ ਕਰਦੀ ਹੈ। ਇਸੇ ਕਰਕੇ ਉਹ ਹਰ ਕੁੜੀ ਨੂੰ ਨਾ-ਪਸੰਦ ਕਰ ਦਿੰਦੀ ਹੈ ਕਿਉਂਕਿ ਉਸਨੂੰ ਲੱਗਦਾ ਹੈ ਕਿ ਉਸਦੇ ਪੁੱਤ ਵਿੱਚ ਕੋਈ ਕਮੀ ਨਹੀਂ।

ਪਰ ਕਿਸਮਤ ਦੇ ਚੱਲੇ ਉਲਟੇ ਚੱਕਰ ਨਾਲ ਉਹਦੀਆਂ ਉਮੀਦਾਂ ਤੇ ਪਾਣੀ ਤਾਂ ਫਿਰਿਆ ਹੀ, ਸਗੋਂ ਉਹਨੂੰ ਜੋ ਮਿਲਦਾ ਸੀ, ਉਸ ਤੋਂ ਵੀ ਵਾਂਝੀ ਰਹਿ ਗਈ।

ਇਹ ਕਹਾਣੀ ਲਾਲਚੀ ਸੋਚ, ਕੁੜੀ ਵਾਲਿਆਂ ਨੂੰ ਨੀਵਾਂ ਸਮਝਣ, ਸਹੀ ਸਮੇਂ ਤੇ ਸਹੀ ਫੈਸਲਾ ਨਾ ਲੈਣ, ਅਤੇ ਜ਼ਿਆਦਾ ਪ੍ਰਾਪਤੀ ਦੀ ਲਾਲਸਾ ਵਿੱਚ ਜੋ ਮਿਲਦਾ ਸੀ, ਉਸ ਨੂੰ ਵੀ ਨਕਾਰ ਦੇਣ ਕਾਰਨ ਹੋਏ ਨੁਕਸਾਨ ਨੂੰ ਦਰਸਾਉਂਦੀ ਹੈ।

ਉਜਾੜਾ

ਪਰਗਟ ਸਿੰਘ, ਜਿਸਦੀ ਉਮਰ 50 ਸਾਲ ਦੇ ਕਰੀਬ ਸੀ, ਹੁਣ ਕੈਨੇਡਾ ਦੇ ਕਿਸੇ ਸ਼ਹਿਰ ਵਿੱਚ ਆਪਣੀ ਘਰਵਾਲੀ ਅਤੇ ਦੋ ਬੱਚਿਆਂ ਨਾਲ ਰਹਿ ਰਿਹਾ ਸੀ।

ਪਰਗਟ ਮਸਾਂ 6-7 ਸਾਲ ਦਾ ਸੀ, ਉਦੋਂ ਤੋਂ ਹੀ ਉਸਨੇ ਆਪਣੇ ਚਾਚੇ-ਤਾਇਆਂ ਨੂੰ ਬਾਹਰਲੇ ਦੇਸ਼ ਜਾਂਦੇ ਵੇਖਿਆ ਸੀ। ਜਦ ਉਹ ਪਿੰਡ ਮਿਲਣ ਆਉਂਦੇ ਤਾਂ ਉਹਨਾਂ ਦੀ ਟੌਹਰ, ਵਧੀਆ ਕੱਪੜੇ-ਲੱਤੇ, ਮਹਿੰਗੇ ਫੋਨ ਆਦਿ, ਸਮਾਨ ਦੇਖ ਕੇ ਉਸ ਨੂੰ ਜਿਹੜੇ ਮੁਲਕਾਂ ਵਿੱਚ ਉਹ ਰਹਿੰਦੇ ਸਨ, ਸਵਰਗ ਤੇ ਸੋਨੇ ਦੀਆਂ ਖਾਣਾਂ ਜਾਪਦੇ।

ਇਹ ਦੇਖਕੇ ਪਰਗਟ ਵੀ ਮਨ ਹੀ ਮਨ ਬਾਹਰ ਜਾਣ ਦੇ ਸੁਪਨੇ ਸਜਾਉਣ ਲੱਗਾ। ਇਕੱਲਾ ਉਹ ਹੀ ਨਹੀਂ, ਉਸਦੇ ਮਾਂ-ਪਿਉ ਵੀ ਇਹੀ ਸੋਚਦੇ ਸਨ ਕਿ ਸਾਡਾ ਪੁੱਤਰ ਕਿਸੇ ਚੰਗੇ ਮੁਲਕ ਸੈੱਟ ਹੋ ਜਾਵੇ। ਹਾਲਾਂਕਿ ਪਿੰਡ ਵਿੱਚ ਉਹਦੇ ਪਰਿਵਾਰ ਦਾ ਚੰਗਾ ਮਕਾਨ ਅਤੇ ਕਾਫ਼ੀ ਜ਼ਮੀਨ ਸੀ, ਪਰ ਚਾਚੇ-ਤਾਇਆਂ ਨੂੰ ਦੇਖ ਕੇ, ਹੁਣ ਉਹਦੇ ਮਨ ਤੇ ਕੈਨੇਡਾ ਜਾਣ ਦਾ ਭੂਤ ਸਵਾਰ ਹੋ ਚੁੱਕਾ ਸੀ।

ਪਰਗਟ ਹਮੇਸ਼ਾ ਸੋਚਦਾ ਸੀ ...

"ਪੰਜਾਬ ਰਹਿਣਾ, ਕਾਹਦਾ ਰਹਿਣਾ ! ਇੱਥੇ ਵੀ ਕੋਈ ਜ਼ਿੰਦਗੀ ਹੈ?"

"ਬਾਹਰ ਜਾਵਾਂਗੇ, ਤਾਂ ਜੀਵਨ ਸੌਖਾ ਹੋ ਜਾਊ।"

ਬਾਹਰਵੀਂ ਪਾਸ ਕਰਨ ਤੋਂ ਬਾਅਦ, ਕੁੱਝ ਪੈਸੇ ਘਰੋਂ ਤੇ ਕੁੱਝ ਫੜ-ਫੜਾ ਕੇ, ਆਖ਼ਿਰ ਪਰਗਟ ਬਾਹਰ ਆ ਗਿਆ, ਜਿੱਥੇ ਉਸਨੂੰ ਕਈ ਮੁਸ਼ਕਲਾਂ ਦਾ ਸਾਹਮਣਾ ਕਰਨਾ ਪਿਆ।

ਪਰ ਅਸਲੀਅਤ ਉਸਦੀ ਸੋਚ ਤੋਂ ਬਿਲਕੁਲ ਉਲਟ ਸੀ। ਫਿਰ ਵੀ, ਔਖੇ-ਸੌਖੇ ਹੋ ਉਹ ਕੈਨੇਡਾ ਵਿੱਚ ਪੱਕਾ ਹੋ ਗਿਆ ਅਤੇ ਇੱਥੇ ਆਪਣਾ ਮਕਾਨ ਵੀ ਖ਼ਰੀਦ ਲਿਆ।

ਹੁਣ ਉਸਨੂੰ ਲੱਗਦਾ ਸੀ ਕਿ ਜੇ ਪੰਜਾਬ ਛੱਡ ਬਾਹਰ ਆ ਹੀ ਗਏ, ਤਾਂ ਪਿੱਛੇ ਮਾਂ-ਬਾਪ ਵੀ ਇੱਥੇ ਬੁਲਾ ਲੈਣੇ ਆ। ਫੇਰ ਸਭ ਕੁੱਝ ਠੀਕ ਹੋ ਜਾਵੇਗਾ। ਪਰਗਟ ਹੁਣ ਅੰਦਰ ਹੀ ਅੰਦਰ ਰਾਹਤ ਅਤੇ ਠਹਿਰਾਉ ਮਹਿਸੂਸ ਕਰ ਰਿਹਾ ਸੀ ਕਿਉਂਕਿ ਇਸ ਸਮੇਂ ਦੌਰਾਨ ਉਹ ਇਸ ਬੇਗਾਨੇ ਦੇਸ਼ ਨੂੰ ਅਪਣਾ ਚੁੱਕਾ ਸੀ। ਉਸਦੇ ਕਾਫ਼ੀ ਯਾਰ ਦੋਸਤ ਵੀ ਬਣ ਗਏ ਸਨ।

ਅਚਾਨਕ ਇਕ ਦਿਨ ਉਹਦੇ ਮਨ ਨੂੰ ਝਟਕਾ ਲੱਗਾ। ਪੁੱਤਰ ਦੀ ਕਹੀ ਗੱਲ ਨਾਲ ਉਸਦੇ ਪੁਰਾਣੇ ਜਖ਼ਮ ਫਿਰ ਅੱਲੇ ਹੋ ਗਏ।

ਗੱਲ ਉਸ ਦਿਨ ਦੀ ਹੈ, ਜਦੋਂ ਪਰਗਟ ਦਾ ਮੁੰਡਾ ਸਕੂਲ ਤੋਂ ਪਰਤਿਆ ਅਤੇ ਬੈਗ ਰੱਖਦਿਆਂ ਬੋਲਿਆ ...

"ਡੈਡੀ ਜੀ, ਜਦ ਤੁਸੀਂ ਅਤੇ ਦਾਦਾ-ਦਾਦੀ ਜੀ ਕੈਨੇਡਾ ਆਏ ਸੀ, ਤਾਂ ਆਪਣੇ ਪਿੰਡ ਵਾਲੇ ਘਰ ਵਿੱਚ ਕੰਮ ਕਰਨ ਵਾਲੇ ਅੰਕਲ-ਆਂਟੀ ਰਹਿੰਦੇ ਸਨ।"

"ਹੁਣ ਜਿਸ ਵੇਲੇ ਮੈਂ ਕਿਸੇ ਹੋਰ ਦੇਸ਼ ਪੜ੍ਹਨ ਜਾਵਾਂਗਾ, ਤਾਂ ਤੁਸੀਂ ਮੇਰੇ ਕੋਲ ਆਵੋਗੇ ਅਤੇ ਆਪਾਂ ਉੱਥੇ ਹੀ ਰਹਾਂਗੇ।"

"ਫਿਰ ਇਸ ਘਰ ਵਿੱਚ ਪਿੱਛੇ ਕਿਸਨੂੰ ਛੱਡ ਕੇ ਜਾਵਾਂਗੇ?"

ਇਹ ਗੱਲ ਸੁਣ, ਉਹ ਮੁੜ ਆਪਣੇ ਪੰਜਾਬ ਛੱਡਣ ਦੇ ਸਮੇਂ ਨੂੰ ਯਾਦ ਕਰਨ ਲੱਗਾ, ਜੋ ਕਿਸੇ ਉਜਾੜੇ ਤੋਂ ਘੱਟ ਨਹੀਂ ਸੀ।

ਦੂਜੀ ਵਾਰ ਫਿਰ 'ਉਜਾੜਾ' ! ਇਹਨਾਂ ਸੋਚਾਂ ਵਿੱਚ ਬੈਠੇ ਪਰਗਟ ਸਿੰਘ ਦਾ ਸਰੀਰ ਜਵਾਂ ਬਰਫ ਬਣ ਚੁੱਕਾ ਸੀ।

ਉਜਾੜਾ

ਉਜਾੜਾ ਸ਼ਬਦ ਸੁਣਨ ਵਿੱਚ ਜਿੰਨਾ ਦਰਦਨਾਕ ਲੱਗਦਾ ਹੈ, ਹੰਢਾਉਣ ਵਾਲੇ ਲਈ ਉਸ ਤੋਂ ਵੀ ਜ਼ਿਆਦਾ ਭਿਆਨਕ ਹੁੰਦਾ ਹੈ। ਉਜਾੜੇ ਦੌਰਾਨ ਸਿਰਫ਼ ਆਰਥਿਕ ਨੁਕਸਾਨ ਜਾਂ ਮੁਸ਼ਕਲਾਂ ਦਾ ਸਾਹਮਣਾ ਹੀ ਨਹੀਂ ਕਰਨਾ ਪੈਂਦਾ, ਸਗੋਂ ਇਹ ਮਾਨਸਿਕ ਤੌਰ ਤੇ ਵੀ ਬੰਦੇ ਨੂੰ ਝੰਜੋੜ ਕੇ ਰੱਖ ਦਿੰਦਾ ਹੈ। ਇਸ ਸਦਮੇ 'ਚੋਂ ਬੰਦਾ ਕਈ ਸਾਲਾਂ ਤੱਕ ਨਹੀਂ ਨਿਕਲ ਸਕਦਾ।

ਇਸ ਉਜਾੜੇ ਵਿੱਚ ਉਹ ਆਪਣਾ ਘਰ-ਬਾਰ, ਪਰਿਵਾਰ, ਖੁਸ਼ੀਆਂ, ਅਤੇ ਜ਼ਿੰਦਗੀ ਦੇ ਕੁੱਝ ਸੁਹਾਵਣੇ ਪਲ, ਜਿਵੇਂ ਕਿ ਬਚਪਨ, ਜਵਾਨੀ ਆਦਿ, ਗਵਾ ਬੈਠਦਾ ਹੈ। ਇਹ ਸਭ ਕਦੇ ਵਾਪਸ ਨਹੀਂ ਆ ਸਕਦੇ।

ਪਰ ਜੇਕਰ ਇਹੀ ਉਜਾੜਾ ਫਿਰ ਦਿਖਾਈ ਦੇਵੇ, ਤਾਂ ਬੰਦੇ ਦੀਆਂ ਬਰੀਆਂ-ਖਰੀਆਂ ਉਮੀਦਾਂ ਵੀ ਖ਼ਤਮ ਹੋ ਜਾਂਦੀਆਂ ਹਨ। ਅਜਿਹੇ ਹੀ ਉਜਾੜੇ ਵਿੱਚੋਂ ਗੁਜ਼ਰਨਾ ਪੈਂਦਾ ਹੈ ਹਰ ਇਕ ਪ੍ਰਦੇਸੀ ਨੂੰ, ਜਦੋਂ ਉਹ ਆਪਣਾ ਵਤਨ ਛੱਡ, ਕਿਸੇ ਹੋਰ ਦੇਸ਼ ਵੱਲ ਕੂਚ ਕਰਦਾ ਹੈ।

ਇਸ ਕਹਾਣੀ ਵਿਚਲਾ ਪਾਤਰ ਪਰਗਟ ਸਿੰਘ ਵੀ ਇਸੇ ਤਰ੍ਹਾਂ ਦੇ ਉਜਾੜੇ ਦਾ ਸ਼ਿਕਾਰ ਸੀ। ਉਹ ਆਪਣੀ ਜ਼ਿੰਦਗੀ ਨੂੰ ਨਵੇਂ ਸਿਰੇ ਤੋਂ ਸ਼ੁਰੂ ਕਰ, ਪੁਰਾਣੇ ਸਮੇਂ ਨੂੰ ਭੁੱਲ, ਅੱਗੇ ਵੱਧ ਜਾਂਦਾ ਹੈ, ਪਰ ਉਸ ਦਾ ਪੁੱਤਰ ਕਿਸੇ ਹੋਰ ਦੇਸ਼ ਜਾ ਵੱਸਣ ਦੀ ਗੱਲ ਕਹਿ, ਦੂਜੀ ਵਾਰ 'ਉਜਾੜਾ' ਹੋਣ ਦਾ ਡਰ ਪੈਦਾ ਕਰ ਦਿੰਦਾ ਹੈ।

ਭਾਂਡਿਆਂ ਦੀ ਸੇਵਾ

ਮੈਂ ਤੇ ਸਿਮਰਨ ਪੱਕੀਆਂ ਸਹੇਲੀਆਂ ਸਾਂ। ਦੋਵੇਂ ਇਕੱਠੇ ਪੜ੍ਹੀਆਂ, ਖੇਡੀਆਂ, ਅਤੇ ਰੱਬ ਦੀ ਐਨੀ ਮਿਹਰ ਕਿ ਵਿਆਹ ਤੋਂ ਬਾਅਦ ਵੀ ਸਾਡੀ ਦੋਸਤੀ ਵਿੱਚ ਕੋਈ ਫ਼ਰਕ ਨਹੀਂ ਪਿਆ, ਕਿਉਂਕਿ ਸਾਡਾ ਵਿਆਹ ਇੱਕੇ ਪਿੰਡ ਵਿੱਚ ਹੋ ਗਿਆ ਸੀ। ਅਸੀਂ ਜਿੱਥੇ ਵੀ ਜਾਂਦੀਆਂ, ਇਕੱਠੀਆਂ ਹੀ ਜਾਂਦੀਆਂ। ਇੱਕ ਦੂਜੇ ਨਾਲ ਪਹਿਲਾਂ ਦੀ ਤਰੁੰ ਹੀ ਸਾਰੇ ਦੁਖ-ਸੁਖ ਅਤੇ ਰੋਜ਼ਾਨਾ ਦੀ ਜ਼ਿੰਦਗੀ ਦੀ ਹਰ ਨਿੱਕੀ ਤੋਂ ਨਿੱਕੀ ਗੱਲ ਸਾਂਝੀ ਕਰਦੀਆਂ।

ਪਰ ਸਿਮਰਨ ਨੂੰ ਮੇਰੀ ਇੱਕ ਗੱਲ ਪਸੰਦ ਨਹੀਂ ਸੀ। ਉਹ ਸੀ, ਮੇਰਾ ਪੈਸੇ ਨੂੰ ਲੈ ਕੇ ਜ਼ਿਆਦਾ ਹੀ ਹਿਸਾਬੀ-ਕਿਤਾਬੀ ਹੋਣਾ, ਖ਼ਾਸ ਕਰ ਕਿਸੇ ਤੋਂ ਕੰਮ ਕਰਵਾਕੇ ਉਸਦੀ ਮਿਹਨਤ ਦੇਣ ਲਈ। ਨੌਕਰੀ ਪੇਸ਼ਾ ਹੋਣ ਕਰਕੇ ਅਸੀਂ ਦੋਵਾਂ ਨੇ ਹੀ ਘਰ ਕੰਮ ਵਾਲੀ ਰੱਖੀ ਹੋਈ ਸੀ। ਉਹ ਸਾਡੇ ਵਾਪਿਸ ਆਉਣ ਤੱਕ ਸਾਰੇ ਕੰਮ ਕਰਦੀ – ਬੱਚਿਆਂ ਦੀ ਦੇਖਭਾਲ, ਸੱਸ-ਸਹੁਰੇ ਦਾ ਧਿਆਨ, ਅਤੇ ਬਾਕੀ ਹੋਰ ਘਰ ਦੇ ਕੰਮ। ਇਸ ਬਦਲੇ, ਮੈਂ ਉਸਨੂੰ ਸਿਰਫ਼ 2500 ਰੁਪਏ ਮਹੀਨਾ ਦਿੰਦੀ ਸੀ।

ਮੈਨੂੰ ਲੱਗਦਾ ਸੀ ਕਿ ਜਿਵੇਂ ਮੈਂ ਇਸ ਪੈਸੇ ਨਾਲ ਕੰਮ ਵਾਲੀ ਨੂੰ ਖ਼ਰੀਦ ਲਿਆ ਹੈ। ਮੈਂ ਕੋਸ਼ਿਸ਼ ਕਰਦੀ ਕਿ ਘਰ ਦੇ ਸਾਰੇ ਕੰਮ ਉਸ ਕੋਲੋਂ ਹੀ ਕਰਵਾਏ ਜਾਣ। ਸਮਾਂ ਹੁੰਦੇ ਹੋਏ ਵੀ ਮੈਂ ਕੋਈ ਕੰਮ ਨਾ ਕਰ ਕੇ ਜਾਂਦੀ। ਇਥੋਂ ਤੱਕ ਕਿ ਚਾਹ ਵਾਲੇ ਭਾਂਡੇ ਵੀ ਉਵੇਂ ਹੀ ਛੱਡ ਜਾਂਦੀ।

ਘਰੋਂ ਨਿਕਲਦੀ ਆਵਾਜ਼ ਦਿੰਦੀ, "ਮੰਮੀ, ਤੁਸੀਂ ਕੁੱਝ ਨਾ ਕਰਨਾ, ਬਿਮਲਾ ਆ ਕੇ ਕਰ ਦੇਵੇਗੀ, ਸਾਰਾ ਕੰਮ।"

ਉਂਝ ਮੇਰੀ ਸੱਸ ਨੂੰ ਕੰਮ ਕਰਨ ਵਿੱਚ ਕੋਈ ਦਿੱਕਤ ਨਹੀਂ ਸੀ, ਪਰ ਮੈਂ ਇੱਕ ਚੰਗੀ ਨੂੰਹ ਵਾਂਗ ਆਪਣਾ ਫਰਜ਼ ਨਿਭਾਉਂਦੀ।

ਮੈਨੂੰ ਲੱਗਦਾ ਸੀ ਕਿ ਜੇ ਪੈਸੇ ਦੇ ਰਹੀ ਹਾਂ ਤਾਂ ਪੂਰਾ ਕੰਮ ਕਰਵਾਉਣਾ ਚਾਹੀਦਾ ਹੈ। ਜਦੋਂ ਬਿਮਲਾ ਇੱਕ-ਅੱਧਾ ਘੰਟਾ ਪਹਿਲਾਂ ਚਲੀ ਜਾਂਦੀ, ਮੈਂ ਉਹ ਸਮਾਂ ਨੋਟ ਕਰਦੀ ਅਤੇ ਮਹੀਨੇ ਦੇ ਹਿਸਾਬ ਵਿੱਚੋਂ ਉਸਦੇ ਪੈਸੇ ਕੱਟ ਲੈਂਦੀ। ਜਦ ਵੀ ਸਿਮਰਨ ਮਿਲਦੀ, ਮੈਂ ਉਸਦੇ ਸਾਹਮਣੇ ਬਿਮਲਾ ਦੇ ਕੰਮਚੋਰ ਹੋਣ ਦੀਆਂ ਗੱਲਾਂ ਕਰਦੀ।

ਪਰ ਸਿਮਰਨ ਦਾ ਸੁਭਾਅ ਇਸ ਦੇ ਬਿਲਕੁਲ ਉਲਟ ਸੀ। ਉਹ ਜ਼ਿਆਦਾਤਰ ਕੰਮ ਆਪ ਕਰਦੀ ਤੇ ਕਹਿੰਦੀ, "ਜੇ ਥੋੜਾ ਕੰਮ ਕਰ ਦਿਆਂਗੇ ਤਾਂ ਆਪਦੀ ਸਿਹਤ ਵੀ ਠੀਕ ਰਹੇਗੀ ਅਤੇ ਪਿੱਛੋਂ ਕੰਮ ਵਾਲੀ ਵੀ ਥੋੜੀ ਸੌਖੀ।" ਮੈਨੂੰ ਸਿਮਰਨ ਮੂਰਖ ਜਾਪਦੀ ਕਿਉਂਕਿ ਉਹ ਪੈਸੇ ਵੀ ਦਿੰਦੀ ਤੇ ਕੰਮ ਵੀ ਆਪ ਕਰਦੀ।

ਦੀਵਾਲੀ ਦਾ ਦਿਨ ਸੀ। ਸਾਰੇ ਗਲੀ-ਗੁਆਂਢ ਨੇ ਆਪਣੇ ਘਰ ਕੰਮ ਕਰਨ ਵਾਲੀਆਂ ਨੂੰ ਛੁੱਟੀ ਦਿੱਤੀ ਹੋਈ ਸੀ। ਪਰ ਮੈਂ ਬਿਮਲਾ ਨੂੰ ਬੁਲਾਇਆ ਹੋਇਆ ਸੀ ਕਿਉਂਕਿ ਮੈਂ ਸੋਚਦੀ ਸੀ ਜੇ ਮਹੀਨੇ ਦੇ ਪੈਸੇ ਦੇਣੇ ਹੀ ਨੇ ਤਾਂ ਸਾਰਾ ਕੰਮ ਬਿਮਲਾ ਹੀ ਕਿਉਂ ਨਾ ਕਰੇ।

ਉਸ ਸਵੇਰ ਜਦੋਂ ਮੈਂ ਤੇ ਸਿਮਰਨ ਗੁਰਦੁਆਰਾ ਸਾਹਿਬ ਜਾ ਰਹੀਆਂ ਸਾਂ, ਰਸਤੇ ਵਿੱਚ ਮੈਂ ਉਸਨੂੰ ਦੱਸਿਆ ਕਿ ਕਿਵੇਂ ਲੋਕ ਕੰਮ ਤੋਂ ਭੱਜਦੇ ਹਨ।

"ਮੈਂ ਮਸਾਂ ਹੀ ਬਿਮਲਾ ਨੂੰ ਕੰਮ ਤੇ ਆਉਣ ਲਈ ਮਨਾਇਆ। ਕਹਿੰਦੀ ਦੀਵਾਲੀ ਐ ! ਅੱਜ ਮੈਂ ਕੰਮ ਨੀ ਕਰਨਾ, ਬੱਚਿਆਂ ਨਾਲ ਦੀਵਾਲੀ ਮਨਾਉਣੀ ਐ।"

ਮੈਂ ਜੋ ਮੂੰਹ ਆਇਆ ਬੋਲਦੀ ਤੁਰੀ ਗਈ। ਸਿਮਰਨ ਚੁੱਪ ਰਹੀ, ਜਿਵੇਂ ਕਿਸੇ ਡੂੰਘੀ ਸੋਚ 'ਚ ਹੋਵੇ।

ਅਸੀਂ ਗੁਰਦਵਾਰਾ ਸਾਹਿਬ ਪਹੁੰਚੀਆਂ, ਦਰਬਾਰ ਸਾਹਿਬ ਮੱਥਾ ਟੇਕਿਆ। ਉਹ ਬਾਹਰ ਆ ਹੁਕਮਨਾਮਾ ਪੜ੍ਹਨ ਲੱਗੀ, ਜੋ ਬੋਰਡ 'ਤੇ ਲਿਖਿਆ ਹੋਇਆ ਸੀ। ਉਸ ਸਮੇਂ ਮੈਂ ਆਪਣੀ ਚੁੰਨੀ ਲੈ ਨਿਸ਼ਾਨ ਸਾਹਿਬ ਦੇ ਥੜ੍ਹੇ ਨੂੰ ਸਾਫ ਕਰਦੀ ਪਰਿਕਰਮਾ

ਕਰ ਰਹੀ ਸੀ।

ਹੁਕਮਨਾਮਾ ਪੜ੍ਹ ਕੇ ਸਿਮਰਨ ਵੀ ਮੇਰੇ ਕੋਲ ਆ ਗਈ। ਮੈਂ ਉਸ ਨੂੰ ਕਿਹਾ, "ਅੱਜ ਸ਼ੁਭ ਦਿਨ ਹੈ। ਚੱਲ ਆਢਾਂ ਭਾਂਡਿਆਂ ਦੀ ਸੇਵਾ ਕਰ ਲਈਏ, ਇਹ ਵੀ ਕਰਮਾਂ ਨਾਲ ਹੀ ਮਿਲਦੀ ਹੈ।"

"ਇਹ ਮੌਕਾ ਤਾਂ ਅੱਜ ਘਰ ਵੀ ਮਿਲ ਸਕਦਾ ਸੀ, ਜੇ ਬਿਮਲਾ ਨੂੰ ਛੁੱਟੀ ਦੇ ਕੇ ਉਸ ਨੂੰ ਵੀ ਪਰਿਵਾਰ ਨਾਲ ਰਹਿਣ ਦਾ ਸਮਾਂ ਦੇ ਦਿੰਦੀ !" ਇਹ ਕਹਿੰਦੀ ਹੋਈ ਸਿਮਰਨ ਉਥੋਂ ਚਲੀ ਗਈ।

ਭਾਂਡਿਆਂ ਦੀ ਸੇਵਾ

ਸੇਵਾ ਕਰਨ ਨੂੰ ਸਾਡੇ ਦੇਸ਼ ਵਿਚ ਹੀ ਨਹੀਂ, ਸਗੋਂ ਪੂਰੀ ਦੁਨੀਆਂ ਵਿੱਚ ਬਹੁਤ ਉੱਚਾ ਦਰਜਾ ਪ੍ਰਾਪਤ ਹੈ। ਸੇਵਾ ਕਰ, ਜਿੱਥੇ ਅਸੀਂ ਕਿਸੇ ਤੋਂ ਅਸੀਸਾਂ ਪ੍ਰਾਪਤ ਕਰਦੇ, ਉੱਥੇ ਆਪਣੇ ਅੰਦਰ ਨਿਮਰਤਾ ਭਾਵ ਵੀ ਮਹਿਸੂਸ ਕਰਦੇ ਹਾਂ।

ਸੇਵਾ ਕਰਨ ਲਈ ਕੋਈ ਖ਼ਾਸ ਜਗ੍ਹਾ, ਇਨਸਾਨ ਜਾਂ ਇਹ ਕਿਸ ਤਰਾਂ ਕੀਤੀ ਜਾਵੇ, ਦਾ ਕੋਈ ਪੱਕਾ ਸਿਧਾਂਤ ਨਹੀਂ ਹੈ। ਇਹ ਸਿਰਫ਼ ਲੋੜਵੰਦ ਦੀ ਲੋੜ ਪੂਰੀ ਕਰਨ ਜਾਂ ਸਾਂਝੇ ਕੰਮਾਂ ਵਿੱਚ ਯੋਗਦਾਨ ਪਾਉਣ ਦੀ ਗੱਲ ਹੈ।

ਪਰ ਅੱਜ-ਕੱਲ੍ਹ ਲੋਕਾਂ ਨੇ ਇਸ ਨੂੰ ਕੇਵਲ ਧਾਰਮਿਕ ਅਸਥਾਨਾਂ 'ਤੇ ਭਾਂਡੇ ਮਾਂਜਣ, ਜੁੱਤੀਆਂ ਝਾੜਨ ਆਦਿ ਤੱਕ ਹੀ ਸੀਮਤ ਕਰ ਲਿਆ ਹੈ। ਇਹਨਾਂ ਕੰਮਾਂ ਨਾਲ ਹੀ ਉਹ ਆਪਣੇ ਪਾਪਾਂ ਤੋਂ ਛੁਟਕਾਰਾ ਅਤੇ ਗੁਰੂ ਕ੍ਰਿਪਾ ਦੀ ਉਮੀਦ ਰੱਖਦੇ ਹਨ।

ਇਸ ਪਿੱਛੇ ਉਹ ਪਤਾ ਨਹੀਂ ਜਾਣੇ-ਅਣਜਾਣੇ ਕਿੰਨੇ ਹੀ ਲੋਕਾਂ ਦੇ ਮਨ ਦੁਖੀ ਕਰਦੇ ਹਨ। ਉਹਨਾਂ ਦੀ ਤਰਜੀਹ ਸਿਰਫ਼ ਧਾਰਮਿਕ ਕੰਮ ਹੀ ਹੁੰਦੇ ਹਨ।

ਕੀ ਬਣੂ ਦੁਨੀਆਂ ਦਾ

ਦੀਵਾਲੀ ਦੇ ਦਿਨਾਂ ਦੌਰਾਨ ਮੈਂ ਇਕ ਦਿਨ ਬਾਜ਼ਾਰ ਵਿੱਚੋਂ ਲੰਘ ਰਹੀ ਸੀ। ਚਾਰੇ ਪਾਸੇ ਦੁਕਾਨਾਂ ਖੂਬ ਸਜੀਆਂ ਹੋਈਆਂ ਸਨ। ਸਜਾਵਟੀ ਸਮਾਨ ਵਾਲਿਆਂ ਦੇ ਰੰਗ-ਬਰੰਗੇ ਫੁੱਲ, ਬਿਜਲੀ ਦੀਆਂ ਝਿਲਮਿਲ ਕਰਦੀਆਂ ਲੜੀਆਂ ਅਤੇ ਮਿਠਾਈ ਵਾਲਿਆਂ ਦੇ ਤਰ੍ਹਾਂ-ਤਰ੍ਹਾਂ ਦੇ ਪਕਵਾਨਾਂ ਵਾਲੇ ਟੇਬਲ ਲੱਗੇ ਹੋਏ ਸਨ।

ਕਿਸੇ ਪਾਸੇ ਕੱਪੜਿਆਂ ਦੀਆਂ ਦੁਕਾਨਾਂ ਤੇ 'ਭਾਰੀ ਸੇਲ' ਦੇ ਵੱਡੇ ਲਟਕ ਰਹੇ ਬੈਨਰ, ਜੋ ਸਿਰਫ਼ ਦਿਖਾਵੇ ਮਾਤਰ ਗਾਹਕਾਂ ਨੂੰ ਖਿੱਚਣ ਲਈ ਹੀ ਸਨ। ਸਭ ਤੋਂ ਜ਼ਿਆਦਾ ਪਟਾਖਿਆਂ ਦੀਆਂ ਦੁਕਾਨਾਂ ਸੀ, ਜਿਨ੍ਹਾਂ ਵਿੱਚੋਂ ਕੁੱਝ ਤਾਂ ਪੱਕੇ ਤੌਰ ਤੇ, ਅਤੇ ਕੁੱਝ ਕੇਵਲ ਤਿਉਹਾਰਾਂ ਕਾਰਨ ਹੀ ਲੱਗੀਆਂ ਸਨ। ਸਾਰਾ ਬਾਜ਼ਾਰ ਖਚਾ-ਖਚ ਭਰਿਆ ਹੋਣ ਕਰਕੇ, ਕਿਧਰੇ ਤਿਲ ਸੁੱਟਣ ਦੀ ਜਗ੍ਹਾ ਵੀ ਨਹੀਂ ਸੀ।

ਇਹ ਸਭ ਨਜ਼ਾਰਾ ਦੇਖ ਮੈਂ ਸੋਚ ਰਹੀ ਸੀ ਕਿ ਲੋਕ ਕਹਿੰਦੇ ਨੇ ਮੰਦੀ ਚੱਲ ਰਹੀ ਹੈ ਅਤੇ ਮਹਿੰਗਾਈ ਬਹੁਤ ਵੱਧ ਗਈ ਹੈ ਪਰ ਇੱਥੇ ਤਾਂ ਅਜਿਹਾ ਕੁੱਝ ਵੀ ਨਹੀਂ ਸੀ ਲੱਗ ਰਿਹਾ।

ਦਰਅਸਲ, ਮੈਂ ਵੀ ਸ਼ਹਿਰ ਦੀ ਮਸ਼ਹੂਰ ਕੱਪੜਿਆਂ ਦੀ ਦੁਕਾਨ ਤੋਂ ਆਪਣੇ ਲਈ ਇੱਕ ਸੂਟ ਖ਼ਰੀਦ ਕੇ ਆ ਰਹੀ ਸੀ। ਮੇਰੇ ਸੂਟ ਖ਼ਰੀਦਦੇ ਵੇਲੇ, ਉੱਥੇ ਮੇਰੇ ਨਾਲ ਇੱਕ 50 ਕੁ ਸਾਲ ਦੀ, ਥੋੜ੍ਹੇ ਭਾਰੇ ਸਰੀਰ ਦੀ ਇੱਕ ਔਰਤ ਆ ਬੈਠੀ ਜੋ ਦੁਕਾਨਦਾਰ ਦੇ ਦਿਖਾਏ ਕੱਪੜੇ ਪਸੰਦ ਨਾ ਆਉਣ ਕਰਕੇ ...

"ਹੋਰ ਵਧੀਆ ਤੇ ਮਹਿੰਗਾ ਦਿਖਾਓ, ਪੈਸੇ ਦੀ ਫ਼ਿਕਰ ਨਾ ਕਰੋ", ਵਾਰ-ਵਾਰ ਕਹਿ ਕੱਪੜਿਆਂ ਦਾ ਢੇਰ ਲਵਾਈ ਜਾ ਰਹੀ ਸੀ।

ਸੁੱਖ ਨਾਲ ਮੇਰੇ ਧੀਆਂ-ਪੁੱਤ ਬਾਹਰ ਰਹਿੰਦੇ ਨੇ। ਉਹ ਕਹਿੰਦੇ ਆ, "ਮੰਮੀ, ਮਾੜਾ ਕੱਪੜਾ ਨਹੀਂ ਪਾਉਣਾ ਤੁਸੀਂ।"

ਇੱਕ ਵਾਰ ਤਾਂ ਮੈਂ ਦੇਖਿਆ ਕਿ ਦੁਕਾਨਦਾਰ ਨੇ ਜਿਸ ਸੂਟ ਦੀ ਕੀਮਤ ਮੈਨੂੰ ਘੱਟ ਦੱਸੀ ਸੀ, ਉਹੀ ਉਸਨੂੰ ਮਹਿੰਗਾ ਕਹਿ ਕੇ ਦਿਖਾ ਰਿਹਾ ਸੀ। ਮੈਂ ਹੈਰਾਨ ਹੋ ਰਹੀ ਸੀ ਇਹ ਦੇਖ ਕੇ, ਪਰ ਮੈਨੂੰ ਲੱਗਾ ਕਿ ਜਦ ਕੋਈ ਆਪ ਹੀ ਕਹਿ ਰਿਹਾ ਹੋਵੇ, 'ਆ ਭੈਂਸ, ਮੁਝੇ ਮਾਰ' ਤਾਂ ਫੇਰ ਇਹੀ ਹੋਣੈ।

ਮੈਂ ਰਸਤੇ ਵਿੱਚ ਉਸੇ ਔਰਤ ਬਾਰੇ ਸੋਚਦੀ ਆ ਰਹੀ ਸੀ। ਅਚਾਨਕ ਮੈਨੂੰ ਕੁੱਝ ਅਵਾਜ਼ਾਂ ਸੁਣਾਈ ਦਿੱਤੀਆਂ। ਦੇਖਿਆ ਤਾਂ ਪੰਜ-ਸੱਤ ਬੰਦੇ ਇੱਕ ਰਿਕਸ਼ੇ ਵਾਲੇ ਨੂੰ ਘੇਰੀ ਖੜ੍ਹੇ ਸਨ। ਮੈਂ ਜਾਣਨ ਦੀ ਉਤਸੁਕਤਾ ਨਾਲ ਥੋੜ੍ਹਾ ਅੱਗੇ ਹੋਈ ਤਾਂ ਦੇਖਿਆ ਕਿ ਉਹੀ ਔਰਤ ਉੱਚੀ-ਉੱਚੀ ਬੋਲ ਰਹੀ ਸੀ ...

"ਕਿੰਨੀ ਲੁੱਟ ਮੱਚੀ ਪਈ ਏ ਸਾਰੇ ਪਾਸੇ ! ਇੱਕ ਤਾਂ ਐਨੇ ਪੈਸੇ ਮੰਗਦੇ ਆ, ਉੱਤੋਂ ਅਵਾ-ਤਵਾ ਬੋਲਦੇ ਨੇ।" ਉਹ 7-8 ਲਿਫ਼ਾਫ਼ੇ ਹੱਥਾਂ 'ਚ ਫੜੀ ਬੋਲੀ ਜਾ ਰਹੀ ਸੀ।

ਰਿਕਸ਼ੇ ਵਾਲਾ ਵਿਚਾਰਾ ਇੱਕ ਥੱਕਿਆ-ਟੁੱਟਿਆ ਬਜ਼ੁਰਗ ਸੀ, ਜਿਸਦੀ ਉਮਰ ਦੇਖ ਕੇ ਲੱਗਦਾ ਸੀ ਕਿ ਕੋਈ ਬਹੁਤ ਵੱਡੀ ਮਜ਼ਬੂਰੀ ਹੋਣੀ ਐ। ਇਸ ਉਮਰੇ ਤਾਂ ਲੋਕ ਆਰਾਮ ਨਾਲ ਘਰ ਬੈਠਦੇ ਨੇ, ਪਰ ਉਹ ਲੋਕਾਂ ਦਾ ਭਾਰ ਢੋਅ ਰਿਹਾ ਸੀ। ਉਸਦੇ ਪਿਆਸ ਨਾਲ ਸੁੱਕੇ ਬੁੱਲ੍ਹ ਅਤੇ ਭੁੱਖ ਨਾਲ ਅੰਦਰ ਵੜਿਆ ਹੋਇਆ ਢਿੱਡ ਦੇਖ, ਕੀ ਉਹਨੇ ਕੁੱਝ ਬੋਲਿਆ ਵੀ ਹੋਣੈ? ਇਹ ਗੱਲ ਮੇਰੀ ਸਮਝ ਤੋਂ ਬਾਹਰ ਸੀ।

ਉਸ ਔਰਤ ਨੇ ਬੋਲਣਾ ਬੰਦ ਨਾ ਕੀਤਾ। ਪੁੱਛਣ 'ਤੇ ਪਤਾ ਲੱਗਾ ਕਿ ਰਿਕਸ਼ੇ ਵਾਲੇ ਨੇ 40 ਰੁਪਏ ਕਿਰਾਇਆ ਮੰਗਿਆ ਸੀ - ਬਾਜ਼ਾਰ ਤੋਂ ਬੱਸ ਸਟੈਂਡ ਤੱਕ। ਪਹਿਲਾਂ ਉਹ ਬੈਠ ਗਈ, ਪਰ ਪੈਸੇ ਦੇਣ ਵੇਲੇ ਰੌਲਾ ਪਾ ਲਿਆ ਕਿ ਸਿਰਫ਼ 20 ਰੁਪਏ ਹੀ ਦੇਣੇ ਆ।

ਵਿਚਾਰਾ ਗ਼ਰੀਬ ਰਿਕਸ਼ੇ ਵਾਲਾ ਰੋਂਦਾ ਹੋਇਆ ਲੋਕਾਂ ਦੇ ਇਕੱਠ ਤੋਂ ਇਨਸਾਫ਼ ਦੀ ਮੰਗ ਕਰ ਰਿਹਾ ਸੀ। ਜਦਕਿ ਉਹਨਾਂ ਨੇ ਔਰਤ ਦਾ ਪੱਖ ਲੈਂਦਿਆਂ, ਚੰਗੇ ਨਿਆਂ ਦੇ ਰੂਪ ਵਿੱਚ ਉਸ ਬੰਦੇ ਨੂੰ 25 ਰੁਪਏ ਦਿਵਾ ਕੇ ਭੇਜ ਦਿੱਤਾ।

ਉਸ ਸਮੇਂ ਮੈਨੂੰ ਅਹਿਸਾਸ ਹੋਇਆ ਕਿ ਅਸਲ ਵਿੱਚ ਮਹਿੰਗਾਈ ਜਾਂ ਮੰਦੀ ਕਿਹੜੇ ਲੋਕਾਂ ਵਾਸਤੇ ਹੈ - ਅਮੀਰ ਲਈ ਜਾਂ ਗ਼ਰੀਬ ਲਈ?

ਕੀ ਬਣੂ ਦੁਨੀਆਂ ਦਾ

ਕੋਈ ਵੀ ਤਿਉਹਾਰ ਹੋਵੇ ਜਾਂ ਵਿਆਹ-ਸ਼ਾਦੀ, ਵਿਤ ਤੋਂ ਵੱਧ ਕੇ ਖ਼ਰਚਾ ਕਰਨਾ ਸਾਡੇ ਪੰਜਾਬੀਆਂ ਵਿੱਚ ਸ਼ਾਨ ਅਤੇ ਰੁਤਬੇ ਦਾ ਚਿੰਨ ਮੰਨਿਆ ਜਾਂਦਾ ਹੈ। ਹਰ ਕੋਈ ਪਹਿਰਾਵੇ, ਖਾਣ-ਪੀਣ ਜਾਂ ਸਜਾਵਟ ਵਿੱਚ ਕਿਸੇ ਤੋਂ ਪਿੱਛੇ ਨਹੀਂ ਰਹਿਣਾ ਚਾਹੁੰਦਾ।

ਪਰ ਇਹਨਾਂ ਸਾਰੀਆਂ ਚੀਜਾਂ ਵਿੱਚ ਕਿਤੇ ਨਾ ਕਿਤੇ ਛੁੱਟ ਜਾਂਦਾ ਹੈ, ਗਰੀਬ ਦੀ ਕਿਰਤ ਦਾ ਮੁੱਲ।

ਤਿਉਹਾਰਾਂ ਦੇ ਦਿਨਾਂ ਵਿੱਚ ਲੋਕੀ ਮਹਿੰਗੇ ਤੋਂ ਮਹਿੰਗਾ ਸਮਾਨ ਖ਼ਰੀਦਦੇ ਹਨ। ਪਟਾਕੇ ਖ਼ਰੀਦਣ ਤੇ ਖ਼ਰਚ ਕੀਤਾ ਪੈਸਾ, ਪੈਸੇ ਨੂੰ ਅੱਗ ਲਾਉਣ ਦੇ ਬਰਾਬਰ ਹੁੰਦਾ ਹੈ, ਪਰ ਫਿਰ ਵੀ ਕੋਈ ਇਸ ਬਾਰੇ ਨਹੀਂ ਸੋਚਦਾ। ਜਦ ਗਰੀਬ ਨੂੰ ਉਸ ਦੀ ਮਿਹਨਤ ਦੇ ਪੈਸੇ ਦੇਣੇ ਹੁੰਦੇ ਨੇ, ਤਦ ਹੀ ਮਹਿੰਗਾਈ ਯਾਦ ਆਉਂਦੀ ਹੈ।

ਇਸ ਕਹਾਣੀ ਵਿਚਲੀ ਔਰਤ ਕੱਪੜੇ ਦੀ ਦੁਕਾਨ ਤੇ ਮਹਿੰਗੇ ਤੋਂ ਮਹਿੰਗਾ ਕੱਪੜਾ ਦਿਖਾਉਣ ਲਈ ਕਹਿੰਦੀ ਹੈ। ਉਹ ਦਰਸਾਉਣਾ ਚਾਹੁੰਦੀ ਹੈ ਕਿ ਉਸ ਨੂੰ ਪੈਸੇ ਦੀ ਕੋਈ ਪ੍ਰਵਾਹ ਨਹੀਂ ਕਿਉਂਕਿ ਉਸ ਦੇ ਧੀਆਂ-ਪੁੱਤ ਵਿਦੇਸ਼ ਰਹਿੰਦੇ ਹਨ।

ਇੱਕ ਰਿਕਸ਼ੇ ਵਾਲਾ ਆਪਣਾ ਹੱਕ ਮੰਗਦਾ ਹੈ ਤਾਂ ਉਹੀ ਔਰਤ ਪੂਰਾ ਕਿਰਾਇਆ ਦੇਣ ਦੀ ਥਾਂ, ਉਸਤੇ ਅਵਾ-ਤਵਾ ਬੋਲਣ ਦਾ ਇਲਜ਼ਾਮ ਲਗਾਉਂਦੀ ਹੈ।

ਨਿਆਂ ਦੇਣ ਦੇ ਚਾਹਵਾਨ ਲੋਕ ਵੀ ਔਰਤ ਦਾ ਪੱਖ ਪੂਰਦੇ ਹੋਏ, ਗਰੀਬ ਨਾਲ ਧੱਕਾ ਕਰ ਜਾਂਦੇ ਹਨ। ਇਸ ਤੋਂ ਗੱਲ ਸਾਫ਼ ਹੋ ਜਾਂਦੀ ਹੈ ਕਿ ਮਹਿੰਗਾਈ ਜਾਂ ਮੰਦੀ ਵਰਗੀਆਂ ਸਥਿਤੀਆਂ ਕੇਵਲ ਗਰੀਬ ਨੂੰ ਹੀ ਪ੍ਰਭਾਵਿਤ ਕਰਦੀਆਂ ਹਨ। ਇਹ ਦੇਖ ਕੇ ਮਨ ਕਹਿਣ ਨੂੰ ਮਜ਼ਬੂਰ ਹੋ ਜਾਂਦਾ ਹੈ, 'ਕੀ ਬਣੂ ਦੁਨੀਆਂ ਦਾ' !

ਆਖਰੀ ਇੱਛਾ

ਗੱਲ ਉਸ ਦਿਨ ਦੀ ਹੈ, ਜਦ ਮੈਂ ਛੁੱਟੀ ਵਾਲੇ ਦਿਨ ਘਰ ਦੀ ਸਫ਼ਾਈ ਕਰ ਰਹੀ ਸੀ। ਮੈਂ ਅਲਮਾਰੀ ਵਿੱਚ ਕਈ ਪੁਰਾਣੇ ਅਖ਼ਬਾਰ ਪਏ ਦੇਖੇ। ਉਹਨਾਂ ਨੂੰ ਚੁੱਕ ਕੇ ਪਾਸੇ ਰੱਖਣ ਲੱਗੀ ਹੀ ਸੀ ਕਿ ਅਚਾਨਕ ਇੱਕ ਖ਼ਬਰ ਤੇ ਮੇਰੀ ਨਿਗ੍ਹਾ ਪਈ। ਇਹ ਖ਼ਬਰ ਸਾਡੇ ਪਿੰਡ ਦੇ ਇੱਕ ਮੱਧਵਰਗੀ ਕਿਸਾਨ ਵਲੋਂ ਕਰਜ਼ੇ ਦੇ ਬੋਝ ਹੇਠਾਂ ਦੱਬੇ ਹੋਣ ਕਾਰਨ ਖ਼ੁਦਕੁਸ਼ੀ ਕਰਨ ਬਾਰੇ ਸੀ।

ਉਹਨੀ ਦਿਨੀਂ ਇਹ ਮਸਲਾ ਭਖਿਆ ਹੋਇਆ ਸੀ ਕਿ ਪੰਜਾਬ ਦੇ ਕਿਸਾਨ ਦਿਨੋ-ਦਿਨ ਲਿਤਾੜੇ ਜਾ ਰਹੇ ਹਨ। ਕਿਸਾਨ ਆਪਣੀਆਂ ਲੋੜਾਂ ਦੀ ਪੂਰਤੀ ਲਈ ਕਰਜ਼ੇ ਲੈ ਰਹੇ ਹਨ, ਜੋ ਫਸਲਾਂ ਦੇ ਭਾਅ ਨਿਸ਼ਚਿਤ ਨਾ ਹੋਣ, ਮਾੜੀਆਂ ਖਾਦਾਂ, ਨਕਲੀ ਸਪਰੇਆਂ ਅਤੇ ਕੁਦਰਤੀ ਆਫ਼ਤਾਂ ਕਾਰਨ ਮੋੜ ਨਹੀਂ ਪਾਉਂਦੇ। ਇਹਨਾਂ ਦੁੱਖਾਂ ਦੇ ਸਤਾਏ ਉਹ ਮੌਤ ਕਬੂਲ ਰਹੇ ਹਨ।

ਉਸ ਕਿਸਾਨ ਦਾ ਪਰਿਵਾਰ ਵੀ ਚੀਕ-ਚੀਕ ਕੇ ਸਰਕਾਰ ਤੋਂ ਕਰਜ਼ਾ ਮੁਆਫ਼ੀ ਅਤੇ ਮਾਲੀ ਸਹਾਇਤਾ ਦੀ ਮੰਗ ਕਰ ਰਿਹਾ ਸੀ। ਇਹ ਖ਼ਬਰ ਦੇਖਦਿਆਂ, ਮੈਂ ਉਦਾਸ ਮਨ ਨਾਲ ਇਹ ਅਖ਼ਬਾਰ ਦੂਸਰੇ ਟੇਬਲ ਤੇ ਰੱਖਣ ਲੱਗੀ ਹੀ ਸੀ ਕਿ ਮੇਰੀ ਨਜ਼ਰ ਇੱਕ ਵਿਆਹ ਦੇ ਬਹੁਤ ਹੀ ਸੁਹਣੇ ਕਾਰਡ, ਜਿਸ ਵਿੱਚ ਅੱਗੋ 4-5 ਕਾਰਡ ਹੋਰ ਸਨ, ਅਤੇ ਨਾਲ ਪਏ ਇੱਕ ਡ੍ਰਾਈਫਰੂਟਸ ਵਾਲੇ ਡੱਬੇ ਤੇ ਪਈ।

ਮੈਂ ਹਾਲੇ ਆਵਾਜ਼ ਦੇ ਮੰਮੀ ਤੋਂ ਪੁੱਛਣ ਹੀ ਲੱਗੀ ਸੀ ਕਿ ਕਾਰਡ ਕਿਸ ਦੇ ਘਰੋਂ ਆਇਐ, ਉਹਨਾਂ ਪਹਿਲਾਂ ਹੀ ਰਸੋਈ ਵਿੱਚੋਂ ਚਾਹ ਬਣਾਉਦਿਆਂ ਆਵਾਜ਼ ਦਿੱਤੀ,

"ਕੱਲੂ ਤੇਰੇ ਆਂਟੀ ਕਾਰਡ ਦੇ ਕੇ ਗਏ ਸਨ, ਆਪਣੀ ਬੇਟੀ ਦੇ ਵਿਆਹ ਦਾ। ਦੇਖ ਲੈਣਾ, ਮੇਜ਼ 'ਤੇ ਪਿਐ।"

"ਕਹਿ ਰਹੇ ਸਨ ਕਿ ਮਹਿੰਦੀ, ਹਲਦੀ, ਜਾਗੋ ਅਤੇ ਵਿਆਹ ਦੇ ਹੋਰ ਸਾਰੇ ਪ੍ਰੋਗਰਾਮਾਂ ਤੇ ਪਰਿਵਾਰ ਸਮੇਤ ਆਉਣਾ। ਸ਼ਹਿਰ ਦਾ ਸਭ ਤੋਂ ਵੱਡਾ ਪੈਲੇਸ ਬੁੱਕ ਕੀਤਾ ਹੈ। ਕਹਿੰਦੇ ਇਹਦੇ ਡੈਡੀ ਜੀ ਦੀ ਆਖ਼ਰੀ ਇੱਛਾ ਸੀ, ਵਿਆਹ ਵਧੀਆ ਕਰਨਾ !"

ਮੈਂ ਡੱਬੇ ਵਿੱਚੋਂ ਕੁੱਝ ਕੁ ਬਦਾਮ ਚੁੱਕ ਮੂੰਹ ਵਿੱਚ ਪਾਉਂਦਿਆਂ ਬੋਲੀ, "ਮੰਮੀ, ਕਿਹੜੇ ਆਂਟੀ?" ਜਵਾਬ ਨੇ ਮੇਰੇ ਮੂੰਹ ਵਿਚਲੇ ਬਦਾਮ ਉੱਥੇ ਹੀ ਰੋਕ ਦਿੱਤੇ, ਜਦ ਉਹਨਾਂ ਕਿਹਾ ...

"ਜਿਹਨਾਂ ਦਾ ਘਰ ਵਾਲਾ ਪਿੱਛਲੇ ਸਾਲ ਕਰਜ਼ੇ ਦੇ ਬੋਝ ਕਾਰਨ ਜ਼ਹਿਰੀਲੀ ਦਵਾਈ ਪੀ ਕੇ ਮਰ ਗਿਆ ਸੀ।"

ਆਖਰੀ ਇੱਛਾ

ਪੰਜਾਬ ਵਿੱਚ ਫਸਲਾਂ ਦੇ ਨਿਸ਼ਚਿਤ ਮੁੱਲ ਤਹਿ ਨਾ ਹੋਣ, ਮਾੜੇ ਬੀਜਾਂ, ਨਕਲੀ ਖਾਦਾਂ-ਸਪਰੇਆਂ ਦੀ ਸਪਲਾਈ ਕਾਰਨ ਵਧ ਰਹੇ ਕਰਜ਼ਿਆਂ ਦੇ ਨਤੀਜੇ ਵਜੋਂ, ਕਿਸਾਨ ਦੀ ਆਰਥਿਕ ਹਾਲਤ ਵਿੱਚ ਗਿਰਾਵਟ ਆ ਰਹੀ ਹੈ। ਇਸ ਕਰਕੇ ਕਿਸਾਨ ਖੁਦਕੁਸ਼ੀਆਂ ਕਰ ਰਹੇ ਹਨ, ਜੋ ਇੱਕ ਗੰਭੀਰ ਚਿੰਤਾ ਦਾ ਵਿਸ਼ਾ ਹੈ।

ਇਸ ਲਈ ਸਮੇਂ-ਸਮੇਂ ਤੇ ਕਿਸਾਨ ਜਥੇਬੰਦੀਆਂ ਵਲੋਂ ਧਰਨੇ ਲਗਾ ਮੌਜੂਦਾ ਸਰਕਾਰਾਂ ਨੂੰ ਦੋਸ਼ੀ ਠਹਿਰਾ ਕੇ ਕਰਜ਼ਾ ਮੁਆਫ਼ੀ ਦੀ ਮੰਗ ਕੀਤੀ ਜਾਂਦੀ ਹੈ।

ਕਹਾਣੀ 'ਆਖਰੀ ਇੱਛਾ' ਇਹਨਾਂ ਸਮੱਸਿਆਵਾਂ ਦੇ ਨਾਲ-ਨਾਲ ਸਮਾਜ ਦਾ ਇੱਕ ਹੋਰ ਪਹਿਲੂ ਵੀ ਪੇਸ਼ ਕਰਦੀ ਹੈ, ਜੋ ਹੈ ਲੋਕ ਦਿਖਾਵੇ ਦਾ।

ਜੋ ਕਿਸਾਨ ਇਕ ਸਾਲ ਪਹਿਲਾਂ ਸਿਰ ਉੱਤੇ ਚੜ੍ਹੇ ਕਰਜ਼ੇ ਨੂੰ ਉਤਾਰ ਨਾ ਸਕਣ ਦੇ ਦੁੱਖ ਤੋਂ ਆਤਮ-ਹੱਤਿਆ ਕਰ ਲੈਂਦਾ ਹੈ, ਕਰਜ਼ਾ ਮੁਆਫ਼ੀ ਦੀਆਂ ਦੁਹਾਈਆਂ ਦੇਣ ਵਾਲਾ ਉਸਦਾ ਪਰਿਵਾਰ, ਅਗਲੇ ਹੀ ਸਾਲ, 'ਲੋਕ ਦਿਖਾਵੇ' ਨੂੰ ਬਾਪ ਦੀ ਆਖ਼ਰੀ ਇੱਛਾ ਦਾ ਨਾਮ ਦੇ ਕੇ, ਬੇਲੋੜੇ ਸਮਾਗਮਾਂ 'ਤੇ ਪੈਸਾ ਖ਼ਰਚ ਕਰਨ ਨੂੰ ਆਪਣੀ ਸ਼ਾਨ ਸਮਝਦਾ ਹੈ।

ਦੰਡ

ਇੱਕ ਪਿੰਡ ਵਿੱਚ ਰੱਬ ਦਾ ਬਹੁਤ ਵੱਡਾ ਸ਼ਰਧਾਲੂ ਰਹਿੰਦਾ ਸੀ ਜਿਸਦੀ ਜ਼ਿੰਦਗੀ ਵਿੱਚ ਪਰਮਾਤਮਾ ਦੀ ਭਗਤੀ ਤੋਂ ਬਿਨਾਂ ਹੋਰ ਕੁੱਝ ਵੀ ਨਹੀਂ ਸੀ। ਉਹ ਹਰ ਹੀਲੇ ਰੱਬ ਨੂੰ ਪਾਉਣਾ ਚਾਹੁੰਦਾ ਸੀ। ਉਹ ਲੋੜ ਤੋਂ ਵੱਧ ਸੁੱਚਮ ਰੱਖਦਾ, ਦਾਨ-ਪੁੰਨ ਕਰਦਾ ਅਤੇ ਅੰਮ੍ਰਿਤ ਵੇਲੇ ਉੱਠ ਲੰਮਾ ਸਮਾਂ ਸਿਮਰਨ ਕਰਦਾ।

ਪੂਰੇ ਇਲਾਕੇ ਵਿਚ ਉਸਦੀ ਵਾਹ-ਵਾਹ ਸੀ ਕਿ ਜੇ ਕੋਈ ਪਰਮਾਤਮਾ ਦਾ ਸੱਚਾ ਮੁਰੀਦ ਹੈ ਤਾਂ ਬਸ ਕੇਵਲ ਉਹੀ ਹੈ। ਲੋਕਾਂ ਵਿੱਚ ਧਾਰਮਿਕ ਅਤੇ ਪੁੱਹੰਚਿਆ ਹੋਇਆ ਸਾਧੂ ਹੋਣ ਦੀ ਚਰਚਾ ਦੇ ਬਾਵਜੂਦ ਵੀ ਉਸਦਾ ਮਨ ਅੰਦਰੋਂ ਸ਼ਾਂਤ ਨਹੀਂ ਸੀ।

ਬਹੁਤ ਯਤਨਾਂ ਦੇ ਬਾਅਦ ਵੀ ਕੋਈ ਪ੍ਰਾਪਤੀ ਨਾ ਹੋਣ ਕਰਕੇ ਉਹ ਖਿਝਿਆ-ਖਿਝਿਆ ਰਹਿਣ ਲੱਗਾ। ਸੋ ਉਸਨੇ ਆਪਣੀ ਜਪ-ਸਾਧਨਾ ਹੋਰ ਵਧੇਰੇ ਕਠਿਨ ਕਰ ਦਿੱਤੀ। ਜੇ ਕੋਈ ਉਸਦੀ ਭਗਤੀ ਵਿੱਚ ਰੁਕਾਵਟ ਬਣਦਾ ਤਾਂ ਉਹ ਅਜਿਹੇ ਲੋਕਾਂ ਨਾਲ ਦੁਰਵਿਵਹਾਰ ਕਰਦਾ। ਇਥੋਂ ਤਕ ਕਿ ਜੇ ਸਿਮਰਨ ਦੌਰਾਨ ਬੱਚਿਆਂ ਦਾ ਰੌਲਾ ਸੁਣਦਾ, ਉਹਨਾਂ ਨੂੰ ਮਾਰਨ ਲੱਗ ਜਾਂਦਾ। ਉਸਦੇ ਖਾਣ-ਪੀਣ ਦੀ ਚੀਜ਼ ਨੂੰ ਕੋਈ ਹੱਥ ਲਾ ਦਿੰਦਾ ਤਾਂ ਉਸ ਨੂੰ ਭਿੱਟਿਆ ਸਮਝ ਤੁਰੰਤ ਸੁੱਟ ਦਿੰਦਾ।

ਉਹਦੇ ਕੱਟੜ ਭਗਤ ਹੋਣ ਦੀ ਚਰਚਾ ਇੱਕ ਦਿਨ ਰੱਬ ਤੱਕ ਪਹੁੰਚ ਗਈ। ਰੱਬ ਪ੍ਰਸੰਨ ਹੋਇਆ ਕਿ ਦੁਨੀਆਂ ਵਿਚ ਕੋਈ ਮੇਰਾ ਏਡਾ ਵੱਡਾ ਭਗਤ ਵੀ ਹੈ। ਉਸਨੇ ਖੁਦ ਜਾ ਕੇ ਭਗਤ ਨੂੰ ਮਿਲਣਾ ਚਾਹਿਆ। ਰੱਬ ਉਸ ਵੇਲੇ ਜਾਣਾ ਚਾਹੁੰਦਾ ਸੀ ਜਦ ਭਗਤ ਸਿਮਰਨ ਕਰ ਰਿਹਾ ਹੋਵੇ।

ਰੱਬ ਨੇ ਇੱਕ ਸਾਧੂ ਦਾ ਭੇਖ ਧਾਰਨ ਕਰ, ਉਸ ਦੀ ਕੁਟੀਆ ਦੇ ਸਾਹਮਣੇ ਖੜ੍ਹ ਕੇ ਕਈ ਵਾਰ ਉੱਚੀ ਆਵਾਜ਼ ਲਗਾਈ, "ਅਲੱਖ ਨਿਰੰਜਨ, ਅਲੱਖ ਨਿਰੰਜਨ",

ਪਰ ਕੋਈ ਬਾਹਰ ਨਾ ਆਇਆ। ਇਹ ਅਵਾਜ਼ਾਂ ਸੁਣ ਕੇ ਭਗਤ ਨੂੰ ਗੁੱਸਾ ਆਉਣਾ ਸ਼ੁਰੂ ਹੋ ਗਿਆ ਕਿ ਕੋਈ ਉਸਦੀ ਭਗਤੀ ਵਿੱਚ ਵਿਗਨ ਪਾ ਰਿਹਾ ਹੈ।

ਉਧਰ ਰੱਬ ਬਾਹਰ ਖੜ੍ਹਾ ਭਗਤ ਦੇ ਦਰਸ਼ਨਾਂ ਦੀ ਉਡੀਕ ਕਰ ਰਿਹਾ ਸੀ। ਪਰ ਕੁਟੀਆ ਅੰਦਰੋਂ ਆਵਾਜ਼ ਆਈ ...

"ਦਫ਼ਾ ਹੋ ਜਾ ਦੁਸਟ ! ਤੈਨੂੰ ਪਤਾ ਨਹੀਂ ਕਿ ਮੈਂ ਰੱਬ ਦੀ ਭਗਤੀ ਕਰ ਰਿਹਾ ਹਾਂ। ਮੇਰਾ ਰੱਬ ਤੈਨੂੰ 'ਦੰਡ' ਦੇਵੇਗਾ।"

ਇਹ ਸੁਣ ਕੇ ਰੱਬ ਵਿਚਾਰਾ, 'ਭਗਤ ਦੇ ਰੱਬ' ਤੋਂ ਡਰਦਾ, ਮੂੰਹ ਲਟਕਾ ਕੇ ਵਾਪਿਸ ਚਲਾ ਗਿਆ।

ਦੰਡ

ਸਾਡੇ ਦੇਸ਼ ਵਿੱਚ ਲੋਕ ਜਿੰਨੇ ਧਾਰਮਿਕ ਹਨ, ਉਸ ਤੋਂ ਵੀ ਜ਼ਿਆਦਾ ਪਾਖੰਡੀ ਤੇ ਵਹਿਮਾਂ ਵਿਚ ਫਸੇ ਹੋਏ ਹਨ। ਰੱਬ ਨੂੰ ਖੁਸ਼ ਕਰਨ ਲਈ ਵੱਖ-ਵੱਖ ਤਰ੍ਹਾਂ ਦੇ ਅਡੰਬਰ ਕੀਤੇ ਜਾਂਦੇ ਹਨ।

ਕੁੱਝ ਲੋਕ ਇਹ ਮੰਨਦੇ ਹਨ ਕਿ ਜੇਕਰ ਉਹਨਾਂ ਦੇ ਭੋਜਨ ਜਾਂ ਵਸਤੂ ਨੂੰ ਕਿਸੇ ਨੇ ਛੋਹ ਲਿਆ ਤਾਂ ਉਹ ਅਪਵਿੱਤਰ ਹੋ ਜਾਵੇਗੀ ਅਤੇ ਭਗਵਾਨ ਉਹਨਾਂ ਨਾਲ ਨਾਰਾਜ਼ ਹੋ ਜਾਵੇਗਾ।

ਇਸ ਤੋਂ ਬਿਨਾਂ, ਹੋਰ ਵੀ ਬਹੁਤ ਸਾਰੇ ਕਰਮ-ਕਾਂਡ, ਜਿਵੇਂ ਵਰਤ ਰੱਖਣਾ, ਮੋਨ ਧਾਰਨਾ, ਇਕਾਂਤ ਰਹਿਣਾ ਆਦਿ, ਰੱਬ ਨੂੰ ਪਾਉਣ ਦੇ ਤਰੀਕੇ ਮੰਨੇ ਜਾਂਦੇ ਹਨ। ਕਈ ਵਾਰ ਲੋਕ ਇਹਨਾਂ ਗੱਲਾਂ ਵਿੱਚ ਹੀ ਉਲਝ ਕੇ ਆਪਣੇ ਅਸਲ ਮਨੋਰਥ ਤੋਂ ਭਟਕ ਜਾਂਦੇ ਹਨ।

ਇਸ ਕਹਾਣੀ ਦੇ ਕਿਰਦਾਰ ਨਾਲ ਵੀ ਇਹੀ ਹੋਇਆ। ਉਸਦੀ ਭਗਤੀ ਦਾ ਚਰਚਾ ਸੁਣ, ਭਾਵੇ ਖ਼ੁਦ ਪਰਮਾਤਮਾ ਉਸਦੇ ਦਰ ਤੇ ਆਇਆ, ਪਰ ਰੱਬ ਨੂੰ ਆਪਣੇ ਭਗਤ ਦੇ ਅਗਿਆਨ ਕਾਰਨ ਵਾਪਿਸ ਪਰਤਣਾ ਪਿਆ।

ਬਦਲੇ ਤਰੀਕੇ

ਗੱਲ ਉਦੋਂ ਦੀ ਹੈ, ਜਦ ਮੈਂ ਪਿੰਡ ਦੇ ਹਸਪਤਾਲ ਵਿੱਚ ਬਤੌਰ ਨਰਸ ਕੰਮ ਕਰਦੀ ਸੀ। ਉਸੇ ਹੀ ਪਿੰਡ ਦੇ ਸਰਕਾਰੀ ਸਕੂਲ ਵਿੱਚ ਮੇਰੀ ਸਹੇਲੀ ਅਧਿਆਪਿਕਾ ਸੀ। ਸਰਕਾਰ ਉਹਨੀਂ ਦਿਨੀਂ ਲੜਕੀ ਭਰੂਣ ਹੱਤਿਆ ਰੋਕਣ ਲਈ ਪੂਰੀ ਤਰ੍ਹਾਂ ਜੁਟੀ ਹੋਈ ਸੀ।

ਵੱਖ-ਵੱਖ ਤਰੀਕੇ ਅਪਣਾ ਕੇ, ਕੁੜੀਆਂ ਦੀ ਘੱਟ ਰਹੀ ਗਿਣਤੀ ਨੂੰ ਰੋਕਣ ਦੇ ਉਪਰਾਲੇ ਕੀਤੇ ਜਾ ਰਹੇ ਸਨ। ਸਾਰੇ ਹਸਪਤਾਲਾਂ ਅਤੇ ਸਕੂਲਾਂ ਨੂੰ ਪਿੰਡ-ਪਿੰਡ ਜਾਗਰੂਕਤਾ ਕੈਂਪ ਲਗਾਉਣ ਅਤੇ ਰੈਲੀਆਂ ਕੱਢਣ ਦੇ ਆਦੇਸ਼ ਜਾਰੀ ਕੀਤੇ ਗਏ ਸਨ।

ਸੋ ਸਰਕਾਰੀ ਨਿਰਦੇਸ਼ਾਂ ਤਹਿਤ, ਅਸੀਂ ਵੀ ਸਕੂਲ ਦੇ ਬੱਚਿਆਂ ਨੂੰ ਲੈ ਕੇ ਪਿੰਡ ਵਿੱਚ ਰੈਲੀ ਦਾ ਆਯੋਜਨ ਕੀਤਾ। ਸਕੂਲ ਵਾਲੇ ਪਾਸੇ ਤੋਂ ਮੇਰੀ ਸਹੇਲੀ ਅਤੇ ਸਿਹਤ ਵਿਭਾਗ ਵਲੋਂ ਮੈਂ ਇਸ ਰੈਲੀ ਦੀ ਅਗਵਾਈ ਕਰ ਰਹੀ ਸੀ।

ਰੈਲੀ ਵਿੱਚ ਬੱਚਿਆਂ ਵਲੋਂ ‘ਬੇਟੀ ਬਚਾਉ’ ਦੇ ਨਾਅਰੇ ਲਾਏ ਗਏ। ਵੱਖ-ਵੱਖ ਪੋਸਟਰਾਂ ਰਾਹੀ ਕੰਨਿਆ ਭਰੂਣ ਹੱਤਿਆ ਨੂੰ ਮਹਾਂ ਪਾਪ ਲਿਖ, ਲੋਕਾਂ ਨੂੰ ਜਾਗਰੂਕ ਕਰਨ ਦੇ ਯਤਨ ਕੀਤੇ ਗਏ।

ਸਾਰੇ ਪਿੰਡ ਦਾ ਚੱਕਰ ਲਗਾ ਕੇ ਜਦ ਅਸੀਂ ਵਾਪਿਸ ਸਕੂਲ ਪਹੁੰਚੇ ਤਾਂ ਮੈਂ ਆਪਣੀ ਸਹੇਲੀ ਨੂੰ ਸਹਿਜ-ਸੁਭਾ ਹੀ ਪੁੱਛ ਲਿਆ, “ਤੇਰੇ ਸੁਹਰਿਆਂ ਨੇ ਤੈਨੂੰ ਕਦੇ ਨਹੀਂ ਕਿਹਾ ਕਿ ਪਹਿਲਾਂ ਕੁੜੀ ਹੈ, ਅੱਗੇ ਮੁੰਡਾ ਚਾਹੀਦੈ?”

ਉਹ ਬੋਲੀ, “ਨਹੀਂ-ਨਹੀਂ, ਸਾਡੇ ਘਰ ਇਸ ਤਰ੍ਹਾਂ ਦਾ ਫ਼ਰਕ ਨਹੀਂ ਕੀਤਾ ਜਾਂਦਾ। ਨਾਲੇ ਤੈਨੂੰ ਪਤਾ ਤਾਂ ਹੈ, ਮੇਰੇ ਸੁਹਰੇ ਪਰਿਵਾਰ ਦੀ ਗੁਰੂਘਰ ਲਈ ਕਿੰਨੀ ਸ਼ਰਧਾ ਹੈ।”

"ਭਰੂਣ ਹੱਤਿਆ ਤਾਂ ਦੂਰ ਦੀ ਗੱਲ, ਉਹ ਤਾਂ ਇਸਦਾ ਜ਼ਿਕਰ ਕਰਨਾ ਵੀ ਪਾਪ ਸਮਝਦੇ ਹਨ।"

"ਉਹਨਾਂ ਲਈ ਮੁੰਡੇ-ਕੁੜੀ ਵਿੱਚ ਕੋਈ ਫ਼ਰਕ ਨਹੀਂ", ਆਪਣੀ ਗੱਲ ਪੂਰੀ ਕਰਦਿਆਂ ਹੀ, ਉਸਨੇ ਮੈਨੂੰ ਇੱਕ ਖੁਸ਼ਖਬਰੀ ਵੀ ਸੁਣਾਈ ਕਿ ਉਹ ਪ੍ਰੈਗਨੈਂਟ ਹੈ।

ਇਹ ਸੁਣ ਕੇ ਮੈਂ ਕਿਹਾ ...

"ਬਹੁਤ ਖੁਸ਼ੀ ਹੋਈ ਇਹ ਜਾਣ, ਕਿ ਤੁਹਾਡੇ ਪਰਿਵਾਰ ਦੀ ਸੋਚ ਕਿੰਨੀ ਚੰਗੀ ਤੇ ਨੇਕ ਹੈ। ਕੋਈ ਵਿਤਕਰਾ ਨਹੀਂ ਕਰਦੇ ਧੀ-ਪੁੱਤ ਵਿੱਚ। ਉਸ ਤੋਂ ਵੀ ਵੱਧ ਖੁਸ਼ੀ ਤੇਰੇ ਪ੍ਰੈਗਨੈਂਟ ਹੋਣ ਦੀ ਹੈ। ਵਧਾਈਆਂ ਤੈਨੂੰ !"

ਰੈਲੀ ਵਾਲੇ ਦਿਨ ਦੀ ਮੁਲਾਕਾਤ ਤੋਂ ਹਫ਼ਤਾ ਕੁ ਮਗਰੋਂ, ਅਸੀਂ ਬਾਬਾ ਬੁੱਢਾ ਸਾਹਿਬ ਮੱਥਾ ਟੇਕਣ ਗਏ।

ਸਾਡਾ ਪਿੰਡ ਇਸ ਜਗ੍ਹਾ ਦੇ ਨੇੜੇ ਹੋਣ ਕਰਕੇ, ਮੇਰਾ ਤੇ ਮੇਰੀ ਸਹੇਲੀ ਦਾ ਪਰਿਵਾਰ ਅਕਸਰ ਹੀ ਛੁੱਟੀ ਵਾਲੇ ਦਿਨ, ਇਸ ਪਵਿੱਤਰ ਅਸਥਾਨ ਦੇ ਦਰਸ਼ਨਾਂ ਲਈ ਚਲੇ ਜਾਂਦੇ। ਇੱਥੇ ਬਾਬਾ ਬੁੱਢਾ ਜੀ ਨੇ ਮਾਤਾ ਗੰਗਾ ਜੀ ਨੂੰ ਔਲਾਦ ਦਾ ਵਰ ਦਿੱਤਾ ਸੀ।

ਜਦ ਅਸੀਂ ਦਰਬਾਰ ਸਾਹਿਬ ਮੱਥਾ ਟੇਕ ਕੇ ਬਾਹਰ ਨਿਕਲ ਰਹੇ ਸਾਂ, ਤਾਂ ਮੇਰੀ ਸਹੇਲੀ ਦੀ ਸੱਸ ਬੋਲੀ ...

"ਲਿਆ ਪੁੱਤ ਮਿੱਸੀਆਂ ਰੋਟੀਆਂ ਤੇ ਗੰੀਢੇ, ਅਰਦਾਸ ਕਰਵਾ ਲਈਏ।"

ਇਸ ਤੋਂ ਬਾਦ ਮੇਰੀ ਸਹੇਲੀ ਮੇਰੇ ਨਾਲ ਅੱਖ ਵੀ ਨਾ ਮਿਲਾ ਸਕੀ ਤੇ ਅੱਗੇ ਹੋ ਤੁਰਨ ਲੱਗੀ। ਇਹ ਦੇਖ ਮੇਰੇ ਮੂੰਹ 'ਚੋ ਆਪ ਮੁਹਾਰੇ ਹੀ ਨਿਕਲ ਗਿਆ ...

"ਸੋਚ ਨਹੀਂ ਬਦਲੀ, 'ਤਰੀਕੇ' ਬਦਲ ਲਏ !"

ਬਦਲੇ ਤਰੀਕੇ

ਸਾਡਾ ਦੇਸ਼ ਮਰਦ-ਪ੍ਰਧਾਨ ਹੈ। ਲੜਕੇ ਨੂੰ ਵੰਸ਼ ਵਧਾਉਣ ਵਾਲਾ ਸਮਝ, ਸਾਰੇ ਲੋਕ ਘਰ ਵਿੱਚ ਮੁੰਡਾ ਹੋਣ ਦੀ ਹਮੇਸ਼ਾ ਉਮੀਦ ਕਰਦੇ ਹਨ।

ਇਸ ਤੋਂ ਇਲਾਵਾ, ਧੀ ਦੇ ਵਿਆਹ ਤੇ ਦਾਜ ਆਦਿ ਦੀਆਂ ਮਾੜੀਆਂ ਪ੍ਰਥਾਵਾਂ ਕਰਕੇ ਲੜਕੀ ਦਾ ਪੈਦਾ ਹੋਣਾ ਚੰਗਾ ਨਹੀਂ ਮੰਨਦੇ। ਇੱਕ ਤੋਂ ਵੱਧ ਲੜਕੀਆਂ ਹੋਣਾ ਜਾਂ ਇੱਕ ਵੀ ਮੁੰਡਾ ਨਾ ਹੋਣਾ, ਪਰਿਵਾਰ ਲਈ ਗੰਭੀਰ ਚਿੰਤਾ ਦਾ ਵਿਸ਼ਾ ਹੁੰਦਾ ਹੈ।

ਪਿਛਲੇ ਸਮਿਆਂ ਵਿੱਚ ਤਾਂ ਲੋਕ ਲੜਕੀ ਨੂੰ ਜੰਮਣ ਵੇਲੇ ਗਲਾ ਘੁੱਟ ਕੇ ਮਾਰ ਦਿੰਦੇ ਸਨ। ਪਰ ਇਹ ਕੁਕਰਮ ਹੁਣ ਜਨਮ ਤੋਂ ਪਹਿਲਾਂ ਹੀ, ਮਸ਼ੀਨਾਂ ਰਾਹੀਂ ਕੁੜੀ ਜਾਂ ਮੁੰਡਾ ਹੋਣ ਦਾ ਪਤਾ ਕਰਵਾ, ਕਰ ਦਿੰਦੇ ਨੇ।

ਅੱਜ-ਕੱਲ੍ਹ ਇਹ ਮੰਨਿਆ ਜਾਂਦਾ ਹੈ ਕਿ ਸਿੱਖਿਆਂ ਦਾ ਮਿਆਰ ਉੱਚਾ ਹੋਣ ਕਾਰਨ ਲੋਕਾਂ ਦੀ ਸੋਚ ਬਦਲ ਗਈ ਹੈ ਅਤੇ ਉਹਨਾਂ ਲਈ ਮੁੰਡਾ-ਕੁੜੀ ਦੋਵੇਂ ਬਰਾਬਰ ਹਨ। ਇਸ ਵਿੱਚ ਕੋਈ ਸ਼ੱਕ ਨਹੀਂ ਕਿ ਕੁੱਝ ਸੁਝਵਾਨ ਪਰਿਵਾਰਾਂ ਨੇ ਇਸ ਸੋਚ ਨੂੰ ਅਪਣਾ ਲਿਆ ਹੈ, ਪਰ ਬਹੁਤੇ ਲੋਕ ਅੱਜ ਵੀ ਦਿਖਾਵਾ ਹੀ ਕਰ ਰਹੇ ਹਨ। ਉਹਨਾਂ ਨੇ ਆਪਣੀ ਸੋਚ ਨਹੀਂ ਬਦਲੀ, ਬਲਕਿ 'ਤਰੀਕੇ' ਬਦਲ ਲਏ ਨੇ।

ਜਿਵੇਂ ਇਸ ਕਹਾਣੀ ਵਿੱਚ ਇੱਛਾ ਤਾਂ ਲੜਕਾ ਪ੍ਰਾਪਤੀ ਦੀ ਹੈ ਪਰ ਧਰਮ ਦਾ ਮਖੌਟਾ ਪਾ ਤਰੀਕਾ ਬਦਲ ਲਿਆ ਹੈ।

ਇਲਾਜ਼ ਨਾਲੋਂ ਪਰਹੇਜ਼ ਚੰਗਾ

ਮੈਂ ਰੋਜ਼ਾਨਾ ਦੀ ਤਰ੍ਹਾਂ, ਘਰੋਂ ਕੰਮ 'ਤੇ ਜਾਣ ਲਈ ਨਿਕਲੀ। ਸਾਹਮਣੇ ਸਾਡੀ ਗਵਾਂਢਣ, ਜੋ ਰਿਸ਼ਤੇ ਵਿੱਚ ਮੇਰੀ ਚਾਚੀ ਲੱਗਦੀ ਸੀ, ਹੱਥ ਵਿੱਚ ਗੜਵੀ ਫੜੀ ਆਉਂਦੀ ਮਿਲੀ।

ਉਹ ਧਾਰਮਿਕ ਬਿਰਤੀ ਵਾਲੀ ਹੋਣ ਕਰਕੇ ਸਾਰਾ ਦਿਨ ਗੁਰਬਾਣੀ ਦੀਆਂ ਤੁਕਾਂ ਗੁਣਗੁਣਾਉਂਦੀ ਰਹਿੰਦੀ। ਉਸ ਵੇਲੇ ਵੀ ਉਹ "ਸੋ ਕਿਉਂ ਮੰਦਾ ਆਖੀਐ ਜਿਤੁ ਜੰਮਹਿ ਰਾਜਾਨ" ਵਾਲੀ ਪੰਕਤੀ ਪੜ੍ਹ ਰਹੀ ਸੀ।

"ਮੱਥਾ ਟੇਕਦੀ ਆਂ ਚਾਚੀ ਜੀ", ਕਹਿ ਨਾਲ ਹੀ ਮਾਫੀ ਮੰਗੀ ਕਿ ਮੈਂ ਤੁਹਾਡੀ ਗੁਰਬਾਣੀ ਵਿੱਚ ਵਿਗਨ ਪਾਇਆ।

"ਨਹੀਂ-ਨਹੀਂ ਪੁੱਤ, ਕੋਈ ਗੱਲ ਨਹੀਂ", ਆਖ ਕੇ ਉਸਨੇ ਅਸੀਸਾਂ ਦੇਣੀਆਂ ਸ਼ੁਰੂ ਕਰ ਦਿਤੀਆਂ, "ਦੁਧੀਂ ਨਾਵੇਂ ਪੁੱਤੀਂ ਫਲੇਂ"।

ਇਹ ਸੁਣ ਕੇ ਮੈਨੂੰ ਥੋੜ੍ਹੀ ਹੈਰਾਨੀ ਹੋਈ। ਇੱਕ ਪਾਸੇ ਤਾਂ "ਸੋ ਕਿਉਂ ਮੰਦਾ ਆਖੀਐ" ਵਾਲੀ ਤੁਕ ਤੇ ਦੂਜੇ ਪਾਸੇ ਇਹ ਅਸੀਸ !

ਹੱਥ ਦੁੱਧ ਵਾਲੀ ਗੜਵੀ ਫੜੀ ਦੇਖ ਮੈਂ ਪੁੱਛਿਆ, "ਕੀ ਗੱਲ ਚਾਚੀ ! ਮੱਝ ਭੱਜ ਗਈ ਜੋ ਅੱਜ ਮੁੱਲ ਦਾ ਦੁੱਧ ਲੈ ਕੇ ਆ ਰਹੇ ਹੋ?"

ਜਵਾਬ ਮਿਲਿਆ, "ਨਾ ਧੀਏ, ਦੁੱਧ ਦੀ ਤਾਂ ਸੁੱਖ ਨਾਲ ਕੋਈ ਤੋੜ ਨਹੀਂ। ਬਸ, ਜਿਸ ਚੀਜ਼ ਦੀ ਘਾਟ ਐ, ਉਹਦੇ ਮਾਰੀ ਢੇਰੇ ਤੋਂ ਗਾਂ ਦਾ ਦੁੱਧ ਲੈ ਕੇ ਆਈ ਆਂ।"

"ਕਿਸੇ ਸਿਆਣੇ ਤੋਂ ਦਵਾਈ ਲਈ ਐ ਤੇਰੀ ਭਾਬੀ ਵਾਸਤੇ। ਕਹਿੰਦੇ ਜਿਸਨੂੰ ਵੱਛੇ ਵਾਲੀ ਗਾਂ ਦੇ ਦੁੱਧ ਨਾਲ ਲੈਣ ਨਾਲ ਮੁੰਡਾ ਹੁੰਦੈ।"

"ਸੋਚਿਆ ਕਿ ਐਤਕੀਂ ਪਹਿਲਾਂ ਹੀ ਕੋਈ ਹੀਲਾ ਕਰ ਲਵਾਂ, ਫੇਰ ਐਵੇਂ ਪਾਪ ਕਰਦੇ ਫਿਰਾਂਗੋ। ਤੈਨੂੰ ਪਤਾ, ਆਪਾਂ ਇਹੋ ਜਿਹੇ ਬੰਦੇ ਨਹੀਂ ਜੋ ਕੁੜੀਆਂ ਮਾਰੀਏ !"

ਇਹ ਸੁਣ, "ਹਾਂ ਜੀ ! ਇਲਾਜ ਨਾਲੋਂ ਪਰਹੇਜ਼ ਚੰਗਾ" ਕਹਿ ਕੇ ਮੈਂ ਭਰੇ ਮਨ ਨਾਲ ਅੱਗੇ ਚਲ ਪਈ।

ਇਲਾਜ ਨਾਲੋਂ ਪਰਹੇਜ ਚੰਗਾ

ਜਿਵੇਂ ਇਸ ਕਿਤਾਬ ਦੀ ਪਿਛਲੀ ਕਹਾਣੀ, 'ਬਦਲੇ ਤਰੀਕੇ' ਵਿੱਚ ਅਸੀਂ ਪਹਿਲਾਂ ਹੀ ਦੇਖ ਚੁੱਕੇ ਹਾਂ ਕਿ ਕਿਵੇਂ ਲੋਕਾਂ ਨੇ ਪੜ੍ਹੇ-ਲਿਖੇ ਅਤੇ ਧਾਰਮਿਕ ਹੋਣ ਦੇ ਬਾਵਜੂਦ ਆਪਣੀ ਮੁੰਡਾ-ਕੁੜੀ ਵਿੱਚ ਫ਼ਰਕ ਵਾਲੀ ਸੋਚ ਨੂੰ ਬਰਕਰਾਰ ਰੱਖਿਆ ਹੋਇਆ ਹੈ।

ਬਹੁਤ ਲੋਕ ਨੇ, ਜੋ ਅਜੇ ਵੀ ਮੁੰਡਾ ਹੀ ਚਾਹੁੰਦੇ ਹਨ, ਪਰ ਉਹ ਧਾਰਮਿਕ ਹੋਣ ਕਰਕੇ ਕੁੜੀ ਮਾਰਨ ਦਾ ਪਾਪ ਨਹੀਂ ਕਰਨਾ ਚਾਹੁੰਦੇ। ਉਹ ਸੋਚਦੇ ਨੇ ਜੇ ਕੁੜੀ ਹੋਣ ਤੋਂ ਪਹਿਲਾਂ ਹੀ ਕੋਈ ਹੋਰ ਹੀਲਾ ਕਰ ਲਿਆ ਜਾਵੇ ਤਾਂ ਇਸ ਵਿੱਚ ਕਾਹਦਾ ਡਰ।

ਉਹਨਾਂ ਵਾਸਤੇ ਤਾਂ ਕੁੜੀ ਪੈਦਾ ਹੋਣ ਤੋਂ ਰੋਕਣਾ, ਬਿਮਾਰੀ ਹੋਣ ਤੋਂ ਪਹਿਲਾਂ ਹੀ ਪਰਹੇਜ਼ ਕਰਨ ਬਰਾਬਰ ਹੋ ਗਿਆ ਹੈ। ਜਿਵੇਂ ਕਿ ਇਸ ਕਹਾਣੀ ਵਿਚਲੀ ਔਰਤ ਵਾਂਗੂੰ, ਚਾਹੇ ਵੱਛੇ ਵਾਲੀ ਗਾਉ ਦੇ ਦੁੱਧ ਨਾਲ ਗੋਲੀ ਲੈਣ, ਜਾਂ ਫਿਰ ਧਾਰਮਿਕ ਸਥਾਨ ਤੇ ਜਾ ਕੇ ਅਰਦਾਸ ਕਰਵਾਉਣ।

ਸਟੇ ਅੱਗ ਦੇ

ਇਸ ਕਹਾਣੀ ਨੂੰ ਪੜ੍ਹ ਰਹੇ ਪਾਠਕਾਂ ਵਿੱਚੋਂ ਸ਼ਾਇਦ ਕੁਝ ਗਿਣੇ-ਚੁਣੇ ਬੰਦੇ ਹੀ ਹੋਣਗੇ, ਜਿਨ੍ਹਾਂ ਨੇ ਇਹ ਨਾਮ ਸੁਣਿਆ ਹੋਵੇ, 'ਫਵੀ'!

ਮੈਂ ਵੀ ਨਹੀਂ ਸੁਣਿਆ ਸੀ ਕਦੇ। ਨਾ ਹੀ ਕਦੇ ਦੇਖੀ ਸੀ ਇਸ ਘਟਨਾ ਤੋਂ ਪਹਿਲਾਂ, ਜਿਹੜੀ ਮੈਂ ਹੁਣ ਬਿਆਨ ਕਰਨ ਜਾ ਰਹੀ ਹਾਂ, ਨਾ ਹੀ ਉਸ ਤੋਂ ਬਾਅਦ। ਇਹ ਵੀ ਨਹੀਂ ਸੀ ਪਤਾ ਕਿ ਇਹ ਸ਼ੈਅ ਸੱਚਮੁੱਚ ਹੈ ਵੀ ਜਾਂ ਨਹੀਂ?

ਗੱਲ ਕੁਝ ਕੁ ਸਾਲ ਪਹਿਲਾਂ ਦੀ ਹੈ। ਇਕ ਦਿਨ ਸਾਡੇ ਲਾਗਲੇ ਪਿੰਡ ਦਿਨ ਚੜਦਿਆਂ ਹੀ ਇੱਕ ਅਜੀਬ ਰੌਲਾ ਤੇ ਸਹਿਮ ਸੀ। ਚਾਰੇ ਪਾਸੇ ਇੱਕੋ ਹੀ ਨਾਮ ਸੀ, ਫਵੀ! ਫਵੀ! ਫਵੀ!

ਮੈਂ ਵੀ ਉੱਡਦੀ-ਉੱਡਦੀ ਗੱਲ ਸੁਣੀ। ਹੋਇਆ ਕੁਝ ਇਸ ਤਰ੍ਹਾਂ ਸੀ ਕਿ ਪਿੰਡ ਵਿੱਚ ਕਿਸੇ ਨੇ ਇਹ ਗੱਲ ਆ ਦੱਸੀ ਕਿ ਕੱਲ੍ਹ ਰਾਤ ਪਿੰਡ ਦੇ ਸਿਵਿਆਂ ਵਿੱਚ ਫਵੀ ਦੇਖੀ ਗਈ ਹੈ।

ਕਿਸ ਨੇ ਫਵੀ ਦੇਖੀ, ਕਿਸ ਨੇ ਸਭ ਤੋਂ ਪਹਿਲਾਂ ਗੱਲ ਕੀਤੀ, ਇਸ ਦਾ ਕਿਸੇ ਨੂੰ ਪਤਾ ਨਹੀਂ ਸੀ। ਬਸ ਜੀ, ਗੱਲ ਤਾਂ ਜੰਗਲ ਦੀ ਅੱਗ ਵਾਂਗ, ਇੱਕ ਪਿੰਡ ਤਾਂ ਕੀ, ਨੇੜਲੇ 20 ਪਿੰਡਾਂ ਤੱਕ ਪਹੁੰਚ ਗਈ।

ਫਵੀ ਦਿੱਸਦੀ ਕਿਹੋ ਜਿਹੀ ਐ? ਕਹਿੰਦੇ ਉਹਦੇ ਮੂੰਹ ਵਿੱਚੋਂ 3 ਫੁੱਟ ਲੰਬੀ ਅੱਗ ਦੀ ਲਾਟ ਨਿਕਲਦੀ ਹੈ। ਦੇਖਣ ਨੂੰ ਜੰਗਲੀ ਕੁੱਤੇ ਵਰਗੀ ਅਤੇ ਦੂਰੋਂ ਹੀ ਬੰਦਾ ਮਾਰ ਦਿੰਦੀ ਹੈ।

ਉਸ ਦਿਨ ਤੋਂ ਬਾਅਦ ਤਾਂ ਫੇਰ ਇਹੀ ਸੁਣਨ ਨੂੰ ਮਿਲਦਾ, ਅੱਜ ਖੇਤਾਂ ਵਿੱਚ ਦੇਖੀ ਗਈ, ਕਦੇ ਸੂਏ ਜਾਂ ਨਹਿਰ ਤੇ, ਪਰ ਉਸਦਾ ਪੱਕਾ ਟਿਕਾਣਾ ਤਾਂ ਸਿਵੇ ਹੀ ਸਨ।

ਲੋਕਾਂ ਰਾਤ ਨੂੰ ਘਰੋਂ ਬਾਹਰ ਨਿਕਲਣਾ ਬੰਦ ਕਰ ਦਿੱਤਾ। ਜਿਨ੍ਹਾਂ ਲੋਕਾਂ ਦੇ ਖੇਤ ਸਿਵਿਆਂ ਜਾਂ ਨਹਿਰ ਵੱਲ ਸਨ, ਉਹ ਦਿਨ ਵੇਲੇ ਹੀ ਆਪਣਾ ਕੰਮ ਮੁਕਾ ਆਉਂਦੇ। ਉਸ ਇਲਾਕੇ ਵਿੱਚ ਹੁਣ ਰਾਤ ਨੂੰ ਲੋਕਾਂ ਦੀ ਆਵਾਜਾਈ ਬੰਦ ਹੋ ਗਈ।

ਸ਼ਾਇਦ ਇਹੀ ਚਾਹੁੰਦੀ ਸੀ ਫਵੀ !

ਪਹਿਲਾਂ ਤਾਂ ਲੋਕਾਂ ਨੂੰ ਸ਼ੱਕ ਹੀ ਸੀ, ਪਰ ਜਦੋਂ ਇੱਕ ਸਵੇਰ ਗੁਰਦੁਆਰਾ ਸਾਹਿਬ ਦੇ ਸਪੀਕਰ ਤੋਂ ਆਵਾਜ਼ ਆਈ ਕਿ ਪਿੰਡ ਵਾਲੇ ਸੂਏ ਤੇ, ਜੋ ਸਿਵਿਆਂ ਵਾਲੇ ਰਾਹ ਕੋਲ ਹੈ, ਕੋਈ ਬੰਦਾ ਮਰਿਆ ਪਿਆ ਹੈ, ਜਾ ਕੇ ਸ਼ਨਾਖਤ ਕਰੋ। ਸਾਰਾ ਪਿੰਡ ਉਥੇ ਜਾ ਇਕੱਠਾ ਹੋਇਆ।

ਪਹੁੰਚ ਕੇ ਦੇਖਿਆ ਤਾਂ ਇੱਕ ਜੱਟ ਦੇ ਸੀਰੀ ਦੀ ਲਾਸ਼ ਪਈ ਸੀ, ਜਿਸ ਦੀ ਧੌਣ 'ਤੇ ਅੱਗ ਨਾਲ ਸੜਣ ਦਾ ਨਿਸ਼ਾਨ ਸੀ। ਸਾਰੇ ਇਸ ਨੂੰ ਫਵੀ ਦਾ ਕੀਤਾ ਕਾਰਾ ਹੀ ਕਹਿ ਰਹੇ ਸਨ।

ਪੁਲਿਸ ਦੇ ਆਉਣ ਤੋਂ ਪਹਿਲਾਂ ਹੀ ਲਾਸ਼ ਦਾ ਅੰਤਿਮ ਸੰਸਕਾਰ ਕਰ ਦਿੱਤਾ ਗਿਆ। ਕੁੱਝ ਲੋਕਾਂ ਦਾ ਮੰਨਣਾ ਸੀ ਕਿ ਜੇਕਰ ਫਵੀ ਦੀ ਜ਼ਹਿਰ ਜ਼ਿਆਦਾ ਫੈਲ ਗਈ ਤਾਂ ਹੋਰਾਂ ਨੂੰ ਵੀ ਨੁਕਸਾਨ ਹੋ ਸਕਦਾ ਹੈ।

ਅਗਲੇ ਕੁੱਝ ਦਿਨਾਂ ਵਿੱਚ ਇਕ ਦੇ ਹੋਰ ਮੌਤਾਂ ਹੋ ਗਈਆਂ। ਇਹਨਾਂ ਦਾ ਕਾਰਨ ਵੀ ਫਵੀ ਹੀ ਮੰਨੀ ਜਾ ਰਹੀ ਸੀ ਕਿਉਂਕਿ ਮ੍ਰਿਤਕ ਬੰਦੇ ਰਾਤ ਨੂੰ ਸਿਵਿਆਂ ਵਾਲੇ ਰਾਹ 'ਤੇ ਜਾਂਦੇ ਵੇਖੇ ਗਏ ਸਨ।

ਜਦ ਮੌਤਾਂ ਦੀ ਗਿਣਤੀ ਵੱਧਦੀ ਗਈ ਤਾਂ ਕੁਝ ਲੋਕਾਂ ਨੇ ਪਿੰਡ ਦੇ ਸਰਪੰਚ 'ਤੇ ਜ਼ੋਰ ਪਾ ਕੇ ਠਾਣੇ ਇਤਲਾਹ ਕਰ ਦਿੱਤੀ। ਪੁਲਿਸ ਨੇ ਰਿਪੋਰਟ ਤਾਂ ਲਿਖ ਲਈ, ਪਰ ਆਪਣੀ ਕਾਰਵਾਈ ਦੀ ਕੋਈ ਜਾਣਕਾਰੀ ਨਾ ਦਿੱਤੀ। ਲੋਕਾਂ ਦਾ ਮੰਨਣਾ ਸੀ ਕਿ ਪੁਲਿਸ ਨੇ ਕਰਨਾ ਤਾਂ ਕੁਝ ਹੈ ਨਹੀਂ।

ਪਰ ਇਕ ਰਾਤ, 12 ਕੁ ਵਜੇ ਦੇ ਕਰੀਬ, ਜਦ ਲੋਕਾਂ ਨੂੰ ਅੱਗ ਦੀਆਂ ਲਾਟਾਂ ਤੇ ਫਵੀ ਦਿੱਖਦੀ ਸੀ, ਪੁਲਿਸ ਮੁਲਾਜ਼ਮਾਂ ਨੇ ਸਿਵਿਆਂ ਨੂੰ ਘੇਰ ਲਿਆ।

ਛਾਪੇ ਦੇ ਦੌਰਾਨ, ਉਥੋਂ ਮਿਲੀਆਂ ਕਈ ਫਵੀਆਂ - ਉੱਚੀਆਂ ਲਾਟਾਂ ਕੱਢਦੀਆਂ, ਜਵਾਨ ਪੁੱਤਾਂ ਨੂੰ ਮਾਰਨ ਵਾਲੀਆਂ, ਆਪਣੇ ਘਰ ਬਣਾ ਲੋਕਾਂ ਦੇ ਘਰ ਉਜਾੜਨ ਵਾਲੀਆਂ, ਨਸ਼ਾ ਸਪਲਾਈ ਕਰਨ ਵਾਲੀਆਂ, ਸਣੇ 'ਅੱਗ' ਦੇ !

ਸਣੇ ਅੱਗ ਦੇ

ਇਸ ਕਿਤਾਬ ਵਿਚਲੀਆਂ ਜ਼ਿਆਦਾਤਰ ਕਹਾਣੀਆਂ ਦਾ ਮੁੱਖ ਵਿਸ਼ਾ ਲਾਲਚ, ਵਹਿਮ-ਭਰਮ, ਪਾਖੰਡ, ਮਿਹਨਤ ਦੀ ਲੁੱਟ, ਜਾਂ ਨਸ਼ਿਆਂ ਨਾਲ ਸੰਬੰਧਿਤ ਰਿਹਾ ਹੈ।

ਇਹ ਕਹਾਣੀ ਵੀ ਨਸ਼ਿਆਂ ਦੇ ਬੁਰੇ ਪ੍ਰਭਾਵ ਨੂੰ ਦਰਸਾਉਂਦੀ ਹੈ, ਪਰ ਇਸ ਵਿੱਚ ਕਿਸੇ ਖ਼ਾਸ ਪਾਤਰ ਨੂੰ ਨਸ਼ਾ ਕਰਦਾ ਹੋਇਆ ਨਹੀਂ ਸਗੋਂ ਇਹ ਦਿਖਾਇਆ ਗਿਆ ਹੈ ਕਿ ਕਿਵੇਂ ਨਸ਼ਾ-ਤਸਕਰ ਲੋਕਾਂ ਤੱਕ ਨਸ਼ਾ ਸਪਲਾਈ ਕਰਦੇ ਹਨ।

ਸਾਡੇ ਸਮਾਜ ਵਿੱਚ ਭਰਮ ਫੈਲਾ ਕੇ ਜਾਂ ਡਰ ਪੈਦਾ ਕਰ ਕੇ ਕੋਈ ਵੀ ਕੰਮ ਕੀਤਾ ਜਾ ਸਕਦਾ ਹੈ। ਲੋਕਾਂ ਦੇ ਮਨ ਵਿਚਲਾ ਡਰ ਗ਼ਲਤ ਕੰਮ ਕਰਨ ਵਾਲਿਆਂ ਦਾ ਰਾਹ ਸੌਖਾ ਕਰ ਦਿੰਦਾ ਹੈ।

'ਫਵੀ' ਜਿਸ ਬਾਰੇ ਕਿਸੇ ਨੂੰ ਕੋਈ ਪਤਾ ਨਹੀਂ ਸੀ ਕਿ ਹੁੰਦੀ ਹੈ ਵੀ ਜਾਂ ਨਹੀਂ, ਇਕ ਕਾਲਪਨਿਕ ਨਾਮ ਹੀ ਸੀ। ਪਰ ਉਸ ਦੇ ਹੋਣ ਦੀਆਂ ਅਫ਼ਵਾਹਾਂ ਫੈਲਾ ਕੇ, ਨਸ਼ਾ ਵੇਚਣ ਵਾਲੇ, ਆਸਾਨੀ ਨਾਲ ਪਿੰਡ ਵਿੱਚ ਰਾਤ ਦੇ ਸਮੇਂ ਨਸ਼ਾ ਮੁਹੱਈਆ ਕਰਵਾਉਂਦੇ ਹਨ। ਪਿੰਡ ਦੇ ਲੋਕ, ਬਗ਼ੈਰ ਜਾਂਚ-ਪੜਤਾਲ ਕੀਤੇ, ਗੱਲ ਨੂੰ ਸੱਚ ਮੰਨ ਲੈਂਦੇ ਹਨ ਅਤੇ ਨਸ਼ਾ-ਤਸਕਰਾਂ ਦਾ ਕੰਮ ਸੌਖਾਲਾ ਕਰ ਦਿੰਦੇ ਹਨ।

ਦਰਅਸਲ, 'ਫਵੀ' ਜੋ ਮੂੰਹ 'ਚੋਂ ਅੱਗ ਕੱਢਦੀ ਸੀ, ਉਹ ਸੀ ਨਸ਼ਾ ਜਿਸਦੀ ਅੱਗ ਨੇ ਪੰਜਾਬ ਦੇ ਲੱਖਾਂ ਘਰ ਉਜਾੜ ਦਿੱਤੇ ਹਨ।

ਓਵਰ ਟਾਈਮ

ਪਿੱਛਲੇ ਦੋ ਦਿਨਾਂ ਤੋਂ ਇੱਕ ਨਵੇਂ ਨੰਬਰ ਤੋਂ ਫੋਨ ਕਾਲ ਆ ਰਹੀ ਸੀ। ਕੈਨੇਡਾ ਵਿਚ ਰਹਿੰਦਿਆਂ ਬਹੁਤ ਸਾਰੀਆਂ 'ਸਪੈਮ ਕੌਲਸ' ਆਉਣ ਕਰਕੇ ਮੈਂ ਸਿਰਫ਼ ਸੇਵ ਕੀਤੇ ਨੰਬਰਾਂ ਨੂੰ ਹੀ ਚੁੱਕਣਾ ਪਸੰਦ ਕਰਦੀ। ਇੱਕ ਤਾਂ ਸਮੇਂ ਦੀ ਬਰਬਾਦੀ ਅਤੇ ਜੇ ਕਿਸੇ ਫਰੌਡ ਕਾਲ ਵਾਲੇ ਦੇ ਅੜਿੱਕੇ ਚੜ੍ਹ ਜਾਵੇ ਤਾਂ ਨੁਕਸਾਨ ਵਾਧੂ ਦਾ। ਇਸ ਲਈ ਮੈਂ ਸਵੇਰੇ-ਸ਼ਾਮ ਆ ਰਹੀ ਇਸ ਫੋਨ ਕਾਲ ਨੂੰ ਅਣਗੋਲਿਆਂ ਕਰ ਦਿੱਤਾ।

ਦੋ ਤਿੰਨ ਦਿਨ ਬਾਅਦ ਉਸੇ ਨੰਬਰ ਤੋਂ ਮੈਸਜ ਆਇਆ, "ਕੀ ਗੱਲ ਭੁੱਲ ਗਈ, ਫੋਨ ਨੀ ਚੁੱਕਦੀ? ਮੈਂ ਤੇਰੀ ਪੁਰਾਣੀ ਕੁਲੀਗ ਰਮਨ।"

ਪਹਿਲਾਂ ਤਾਂ ਮੇਰੇ ਦਿਮਾਗ ਵਿੱਚ ਨਾ ਆਇਆ ਕਿ ਕਿਹੜੀ ਰਮਨ, ਕਿਉਂਕਿ ਮੈਨੂੰ ਨੌਕਰੀ ਛੱਡ ਕੇ ਬਾਹਰ ਆਈ ਨੂੰ 7-8 ਸਾਲ ਲੰਘ ਚੁੱਕੇ ਸਨ। ਪਰ ਫਿਰ ਥੋੜ੍ਹਾ ਦਿਮਾਗ 'ਤੇ ਜ਼ੋਰ ਪਾਉਣ ਤੇ ਯਾਦ ਆਇਆ।

"ਅੱਛਾ, ਰਮਨ !"

ਇਹ ਉਹੀ ਰਮਨ ਸੀ, ਜਿਹੜੀ ਫਰਲੋ ਮਾਰਨ ਕਰਕੇ ਸਾਰੇ ਡਿਪਾਰਟਮੈਂਟ ਵਿੱਚ ਮਸ਼ਹੂਰ ਸੀ। ਜਦ ਮੈਂ ਕੰਟ੍ਰੈਕਟ ਤੇ ਭਰਤੀ ਹੋਈ ਸੀ ਤਾਂ ਉਸ ਤੋਂ ਕੁਝ ਸਮਾਂ ਪਹਿਲਾਂ ਹੀ ਉਹ ਪੱਕੀ ਨਿਯੁਕਤੀ 'ਤੇ ਸਾਡੇ ਡਿਪਾਰਟਮੈਂਟ ਵਿੱਚ ਆਈ ਸੀ।

ਤਨਖ਼ਾਹ ਚੰਗੀ ਸੀ, ਲਗਭਗ 50 ਹਜ਼ਾਰ, ਬਾਕੀ ਭੱਤੇ ਉਪਰੋਂ ਦੀ। ਡਿਉਟੀ ਦਾ ਸਮਾਂ ਉਹੀ ਅੱਠ ਤੋਂ ਦੋ ਵਜੇ ਦਾ ਸੀ, ਛੇ ਘੰਟੇ ਦਿਨ ਦੇ ਅਤੇ ਹਫ਼ਤੇ ਵਿੱਚ ਛੇ ਹੀ ਦਿਨ ਕੰਮ।

ਪਰ ਮੈਡਮ ਨੂੰ ਇਹ ਵੀ ਪਸੰਦ ਨਹੀਂ ਸੀ। ਸਾਰਾ ਦਿਨ ਸਰਕਾਰ ਨੂੰ ਕੋਸਦੀ ਰਹਿਣਾ। ਡਿਉਟੀ ਤੇ ਆ ਕੰਮ ਨਾ ਕਰਨਾ ਜਾਂ ਫੇਰ ਫਰਲੋ ਮਾਰ ਘਰ ਬੈਠ ਜਾਣਾ।

ਸਰਕਾਰੀ ਸਿਸਟਮ ਨੂੰ ਠੀਕ ਨਾ ਸਮਝਣ ਵਾਲੀ ਨੇ, ਸਾਰਾ ਦਿਨ ਦੇਸ਼ ਦੇ ਸਿਸਟਮ ਨੂੰ ਗਾਲਾਂ ਕਢਦੀ ਰਹਿਣਾ। ਜਿਵੇਂ ਇਸ ਨੂੰ ਖ਼ਰਾਬ ਕਰਨ ਉਪਰੋਂ ਅਸਮਾਨ ਤੋਂ ਕੋਈ ਆਉਂਦਾ ਹੋਵੇ। ਹਫ਼ਤੇ ਦੇ 36 ਘੰਟਿਆਂ ਵਿੱਚੋਂ ਮਸਾਂ 20 ਕੁ ਘੰਟੇ ਹਾਜ਼ਰ ਰਹਿਣ ਵਾਲੀ ਸਾਰਾ ਦਿਨ ਸਰਕਾਰ ਨੂੰ ਕੋਸਦੀ ਰਹਿੰਦੀ ਸੀ।

ਉਹਦਾ ਬਾਹਰਲੇ ਨੰਬਰ ਤੋਂ ਫੋਨ ਆਇਆ ਦੇਖ, ਮੈਂ ਸੋਚਿਆ, "ਚਲੋ, ਭਾਰਤ ਸਰਕਾਰ ਤਾਂ ਬਚ ਗਈ ਇਸ ਤੋਂ ਅਤੇ ਇਹ ਵੀ ਛੁੱਟ ਗਈ ਕੰਮ ਤੋਂ !"

ਮੈਂ ਉਹਦਾ ਮੈਸਿਜ ਪੜ੍ਹ, ਕੰਮ ਤੋਂ ਘਰ ਵਾਪਿਸ ਆ ਉਸਨੂੰ ਫੋਨ ਕੀਤਾ। ਫੋਨ ਚੱਕਦਿਆਂ ਹੀ ਉਹਨੇ ਆਪਣਾ ਗੁੱਸਾ ਦਿਖਾਉਣਾ ਸ਼ੁਰੂ ਕਰ ਦਿੱਤਾ।

ਕਾਫ਼ੀ ਬੋਲਣ ਤੋਂ ਬਾਅਦ, ਜਦ ਉਹ ਰੁਕੀ, ਤਾਂ ਮੈਂ ਕਿਹਾ, "ਦੱਸ ਫੇਰ, ਹੁਣ ਤਾਂ ਖੁਸ਼ ਹੈਂ? ਬਚ ਗਈ 'ਭੈੜੇ' ਭਾਰਤੀ ਸਿਸਟਮ ਤੋਂ?"

ਉਹ ਫਟਾ-ਫਟ ਬੋਲੀ, "ਕਿਤੇ ਕੰਮ ਮਿਲ ਸਕਦਾ ਹੈ ਤਾਂ ਦੱਸ, ਉਹ ਵੀ ਫੁਲ-ਟਾਈਮ। ਉਂਝ ਓਵਰ-ਟਾਈਮ ਵੀ ਕਰ ਸਕਦੀ ਆਂ ਮੈਂ !"

ਓਵਰ ਟਾਈਮ

ਓਵਰ-ਟਾਈਮ ਅਤੇ ਫਰਲੋ, ਇਕੇ ਸਿੱਕੇ ਦੇ ਦੋ ਪਹਿਲੂ ਹਨ। ਦੋਨਾਂ ਦਾ ਸਬੰਧ ਹੀ ਨੌਕਰੀ ਪੇਸ਼ਾ ਲੋਕਾਂ ਨਾਲ ਹੈ। ਸਾਡੇ ਦੇਸ਼ ਵਿੱਚ, ਸਰਕਾਰੀ ਵਿਭਾਗਾਂ ਵਿੱਚ ਕੰਮ ਕਰਦੇ ਕਰਮਚਾਰੀ ਜ਼ਿਆਦਾਤਰ ਫਰਲੋ ਸ਼ਬਦ ਦੀ ਵਰਤੋਂ ਕਰਦੇ ਹਨ। ਉਹਨਾਂ ਦੇ ਮੁਤਾਬਿਕ ਫਰਲੋ ਦਾ ਮਤਲਬ ਹੈ, ਹਾਜ਼ਰੀ ਲਗਾ ਕੇ ਕੰਮ ਤੋਂ ਗੈਰਹਾਜ਼ਰ ਰਹਿਣਾ। ਓਵਰ-ਟਾਈਮ, ਉਹ ਵਾਧੂ ਸਮਾਂ ਹੈ, ਜੋ ਵਧੇਰੇ ਪੈਸੇ ਕਮਾਉਣ ਲਈ ਡਿਊਟੀ ਦਾ ਸਮਾਂ ਪੂਰਾ ਹੋਣ ਤੋਂ ਬਾਅਦ ਲਗਾਇਆ ਜਾਂਦਾ ਹੈ। ਇਹ ਜ਼ਿਆਦਾਤਰ ਪ੍ਰਾਈਵੇਟ ਅਦਾਰਿਆਂ ਵਿੱਚ ਹੁੰਦਾ ਹੈ।

ਸਾਡੇ ਦੇਸ਼ ਵਿੱਚ ਹਰੇਕ ਵਿਅਕਤੀ ਸਰਕਾਰੀ ਨੌਕਰੀ ਹੀ ਕਰਨਾ ਚਾਹੁੰਦਾ ਹੈ। ਪੜ੍ਹਾਈ ਦਾ ਸਹੀ ਮੁੱਲ ਪਿਆ ਤਾਂ ਹੀ ਸਮਝਿਆ ਜਾਂਦਾ ਹੈ ਜੇ ਕਿਸੇ ਨੂੰ ਸਰਕਾਰੀ ਵਿਭਾਗਾ ਵਿੱਚ ਨੌਕਰੀ ਮਿਲ ਜਾਵੇ। ਪਰ ਸਰਕਾਰੀ ਨੌਕਰੀ ਮਿਲਣ ਉਪਰੰਤ ਕੰਮ ਨੂੰ ਕੰਮ ਨਾ ਸਮਝਣਾ ਜਾਂ ਸਰਕਾਰ ਨੂੰ ਗਾਲ੍ਹਾਂ ਕੱਢਣੀਆਂ ਸਾਡੇ ਦੇਸ਼ ਵਿੱਚ ਆਮ ਹੀ ਹੈ।

ਇਸ ਕਹਾਣੀ ਵਿੱਚ ਇੱਕ ਲੜਕੀ, ਆਪਣੇ ਦੇਸ਼ ਵਿੱਚ ਸਰਕਾਰੀ ਨੌਕਰੀ, ਚੰਗੀ ਤਨਖ਼ਾਹ, ਅਤੇ ਡਿਊਟੀ ਸਮਾਂ ਘੱਟ ਹੋਣ ਦੇ ਬਾਵਜੂਦ ਕਹਿੰਦੀ ਰਹਿੰਦੀ ਹੈ, "ਇੱਥੇ ਕੁੱਝ ਬਣਦਾ ਨਹੀਂ, ਸਿਸਟਮ ਮਾੜਾ ਹੈ।" ਉਹ ਡਿਊਟੀ ਤੋਂ ਗੈਰਹਾਜ਼ਰ ਰਹਿੰਦੀ ਹੈ ਪਰ ਵਿਦੇਸ਼ ਆ ਕੇ ਓਵਰ-ਟਾਈਮ ਕਰਨ ਲਈ ਵੀ ਤਿਆਰ ਹੈ।

'ਓਵਰ-ਟਾਈਮ' ਕਹਾਣੀ ਰਾਹੀ ਲੋਕਾਂ ਵੱਲੋਂ ਪਹਿਲਾਂ ਸਿਸਟਮ ਨੂੰ ਖ਼ਰਾਬ ਕਰਨ ਅਤੇ ਫਿਰ ਖੁਦ ਹੀ ਉਸੇ ਨੂੰ ਮਾੜਾ ਕਹਿਣ ਦੀ ਮਾਨਸਿਕਤਾ ਨੂੰ ਪੇਸ਼ ਕੀਤਾ ਗਿਆ ਹੈ।

ਪੱਖੀਆਂ

ਹਰਚਰਨ ਸਿੰਘ ਪਿੰਡ ਵਿੱਚ ਰਹਿਣ ਵਾਲਾ ਕਿਸਾਨ ਸੀ ਅਤੇ ਉਸਦਾ ਪੁੱਤਰ ਕਿਸੇ ਪ੍ਰਾਈਵੇਟ ਕੰਪਨੀ ਵਿੱਚ ਕੰਮ ਕਰਦਾ ਹੋਣ ਕਰਕੇ ਘਰੋਂ ਬਾਹਰ ਰਹਿੰਦਾ ਸੀ।

ਹਰਚਰਨ ਸਿੰਘ ਹਾਲੇ ਸਵੇਰੇ ਉਠ ਕੇ ਕਮਰੇ ਤੋਂ ਬਾਹਰ ਨਿਕਲਿਆ ਹੀ ਸੀ ਕਿ ਨੂੰਹ ਦੇ ਉੱਚੀ-ਉੱਚੀ ਬੋਲਣ ਦੀ ਅਵਾਜ਼ ਸੁਣਾਈ ਦਿੱਤੀ। ਉੱਝ ਤਾਂ ਇਹ ਹਰ ਰੋਜ਼ ਦੀ ਗੱਲ ਸੀ, ਪਰ ਅੱਜ ਕੁੱਝ ਜ਼ਿਆਦਾ ਹੀ ਵੱਧ ਗਈ।

ਰਾਤੀਂ ਗਰਮੀ ਬਹੁਤ ਹੋਣ ਕਰਕੇ, ਨੂੰਹ ਗੁੱਸੇ ਵਿੱਚ ਰੋ-ਰੋ ਕੇ ਕਹਿ ਰਹੀ ਸੀ, "ਨੰਗਾਂ ਦੇ ਵਿਆਹ ਤੀ, ਘਰਦਿਆਂ ਵੀ ਕੋਈ ਬਦਲਾ ਹੀ ਲਿਆ ਮੇਰੇ ਤੋਂ। ਇੱਕ ਏ. ਸੀ. ਨੀ ਲਗਵਾ ਸਕਦੇ। ਜੁਆਕਾਂ ਨੇ ਸਾਰੀ ਰਾਤ ਤੜਫ-ਤੜਫ ਕੇ ਕੱਟੀ ਐ।"

"ਕੁੱਝ ਦਿਨ ਪਹਿਲਾਂ ਮੇਰੀ ਮਾਸੀ ਦੀ ਕੁੜੀ ਆਈ ਸੀ। ਆਹ ਦਾਤੀ ਫਰਾ ਪੱਖਾ ਤੇ ਪੱਖੀਆਂ ਦੇਖ ਕਹਿੰਦੀ, ਤੁਸੀਂ ਤਾਂ ਬਾਹਲੇ ਹੀ ਪੱਛੜੇ ਹੋਏ ਓ, ਹਾਲੇ ਵੀ ਪੱਖੇ-ਪੱਖੀਆਂ ! ਹੁਣ ਜਾ ਕੇ ਸਾਰੇ ਰਿਸ਼ਤੇਦਾਰਾਂ ਵਿੱਚ ਗੱਲ ਕਰੇਗੀ ਕਿਉਂਕਿ ਸਾਡੇ ਤਾਂ ਸਾਰੇ ਰਿਸ਼ਤੇਦਾਰਾਂ ਦੇ ਘਰ ਏ. ਸੀ. ਲੱਗੇ ਹੋਏ ਨੇ।" ਇਹ ਕਹਿੰਦੀ ਹੋਈ ਤਪੀ-ਤਪਾਈ ਨੂੰਹ ਨੇ ਪੱਖੀਆਂ ਵਿਹੜੇ ਵਿੱਚ ਵਗਾਹ ਮਾਰੀਆਂ।

ਮਸਲਾ ਜ਼ਿਆਦਾ ਵਿਗੜਦਾ ਦੇਖ, ਹਰਚਰਨ ਸਿੰਘ ਦੀ ਘਰਵਾਲੀ ਨੇ ਉਹਨੂੰ ਸ਼ਹਿਰ ਏ. ਸੀ. ਖਰੀਦਣ ਲਈ ਭੇਜ ਦਿੱਤਾ। ਰਾਹ ਜਾਂਦੇ ਉਹ ਪੱਖੀਆਂ ਵਿਹੜੇ ਵਿੱਚੋਂ ਚੁੱਕ ਸੜਕ ਤੇ ਕੰਮ ਕਰ ਰਹੇ ਮਜਦੂਰਾਂ ਵਿੱਚੋਂ ਇੱਕ ਬੱਚਿਆਂ ਵਾਲੇ ਪਰਿਵਾਰ ਨੂੰ ਦੇ ਆਇਆ, ਕਿਉਂਕਿ ਕੁੱਝ ਦਿਨ ਪਹਿਲਾਂ ਉਸਨੇ ਉਹਨਾਂ ਨੂੰ ਪੱਖੀ ਮਹਿੰਗੀ ਹੋਣ ਕਰਕੇ ਦੁਕਾਨ ਤੋਂ ਮੁੜਦੇ ਹੋਏ ਦੇਖਿਆ ਸੀ।

ਘਰ ਏ. ਸੀ. ਲੱਗ ਗਿਆ। ਹਰਚਰਨ ਸਿੰਘ ਨੇ ਸੋਚਿਆ ਕਿ ਚਲੋ ਹੁਣ ਲੜਾਈ ਮੁੱਕੀ। ਪਰ ਰੱਬ ਦੀ ਮਰਜ਼ੀ, ਉਸ ਰਾਤ ਬਿਜਲੀ ਚਲੀ ਗਈ।

ਸਵੇਰੇ ਉੱਠਦਿਆਂ, ਫਿਰ ਉਹੀ ਗੱਲ ਸੁਣੀ, "ਨਾ ਜੇ ਏ. ਸੀ. ਲਗਵਾ ਤਾ ਸੀ, ਤਾਂ ਜਨਰੇਟਰ ਦਾ ਪ੍ਰਬੰਧ ਵੀ ਕਰ ਲੈਂਦੇ। ਇਹਨਾਂ ਨੂੰ ਤਾਂ ਮੈਨੂੰ ਤੇ ਮੇਰੇ ਨਿਆਣਿਆਂ ਨੂੰ ਤੜਫਾ ਕੇ ਪਤਾ ਨੀ ਕੀ ਮਿਲਦੈ? ਕਿੱਥੇ ਭਰਨਗੇ ਇਹਨਾਂ ਪਾਪਾਂ ਦੀ ਸਜ਼ਾ।"

ਇਹ ਸਭ ਕੁੱਝ ਸੁਣ, ਹਰਚਰਨ ਸਿੰਘ ਬੱਚਿਆਂ ਦੀਆਂ ਖੁਸ਼ੀਆਂ ਪੂਰੀਆਂ ਨਾ ਕਰ ਸਕਣ ਦੇ ਦੁੱਖੋਂ, ਘਰੋਂ ਇਸ ਸੋਚ ਵਿਚ ਨਿਕਲਿਆ ਕਿ ਇਹੋ ਜਿਹੀ ਜ਼ਿੰਦਗੀ ਨਾਲੋਂ ਚੰਗਾ ਤਾਂ ਮਰ ਹੀ ਜਾਵਾਂ। ਉਹ ਖੇਤ ਜਾ ਕੇ ਦਵਾਈ ਪੀਣ ਜਾਂ ਨਹਿਰ 'ਚ ਛਾਲ ਮਾਰਨ ਬਾਰੇ ਸੋਚਣ ਲੱਗਾ।

ਘਰੋਂ ਨਿਕਲ ਕੇ ਉਹ ਉੱਥੋਂ ਦੀ ਲੰਘਿਆ, ਜਿੱਥੇ ਕੱਲ੍ਹ ਪੱਖੀਆਂ ਦੇ ਕੇ ਆਇਆ ਸੀ। ਉਹ ਔਰਤ ਕਹਿ ਰਹੀ ਸੀ "ਭਲਾ ਹੋ ਸਰਦਾਰ ਸਾਹਿਬ ਕਾ, ਜੋ ਪੱਖੀਆਂ ਦੇ ਗਏ। ਰਾਤ ਬੱਚੇ ਆਰਾਮ ਸੇ ਸੋਏ, ਭਗਵਾਨ ਲੰਬੀ ਉਮਰ ਕਰੇ ਉਨਕੀ, ਔਰ ਉਨਕੇ ਬੱਚੋਂ ਕੀ।"

ਇਹ ਸੁਣ, ਮੌਤ ਵੱਲ ਵਧਦੇ ਕਦਮਾਂ ਨੂੰ ਪਿੱਛੇ ਮੋੜਦਾ ਹੋਇਆ ਹਰਚਰਨ ਸਿੰਘ ਵਾਪਿਸ ਘਰ ਪਰਤ ਆਇਆ।

ਪੱਖੀਆਂ

'ਪੱਖੀਆਂ' ਕਹਾਣੀ ਵਿੱਚ, ਜੋ ਕੁੱਝ ਕੋਲ ਹੈ ਉਸ ਵਿੱਚ ਖ਼ੁਸ਼ ਨਾ ਹੋਣ ਦੀ ਬਜਾਏ, ਲੋਕ-ਦਿਖਾਵੇ ਲਈ ਮਹਿੰਗੀਆਂ ਚੀਜ਼ਾਂ ਖਰੀਦਣ ਦੀ ਲੱਗੀ ਦੌੜ ਨੂੰ ਦਿਖਾਉਣ ਦੀ ਕੋਸ਼ਿਸ਼ ਕੀਤੀ ਗਈ ਹੈ।

ਇਸ ਕਹਾਣੀ ਵਿੱਚ ਇੱਕ ਨੂੰਹ ਆਪਣੇ ਸਹੁਰੇ ਪਰਿਵਾਰ ਨੂੰ ਮਜ਼ਬੂਰ ਕਰਦੀ ਹੈ ਕਿ ਉਸਨੂੰ ਘਰ ਵਿਚ ਏ. ਸੀ. ਚਾਹੀਦਾ ਹੈ। ਕਿਉਂਕਿ ਇੱਕ ਦਿਨ ਉਸਦੀ ਮਾਸੀ ਦੀ ਕੁੜੀ ਉਸ ਨੂੰ ਕਹਿ ਕੇ ਗਈ ਸੀ ਕਿ ਉਹ ਹਾਲੇ ਵੀ ਦਾਤੀ-ਫਰਾ ਪੱਖਾ ਵਰਤਦੇ ਹਨ, ਜਦਕਿ ਉਸ ਦੇ ਸਾਰੇ ਰਿਸ਼ਤੇਦਾਰਾਂ ਦੇ ਘਰਾਂ ਵਿੱਚ ਏ. ਸੀ. ਹਨ।

ਪਰ ਨਾਲ ਦੀ ਨਾਲ, ਕੁੱਝ ਉਹਨਾਂ ਗ਼ਰੀਬਾਂ ਦਾ ਦੁੱਖ ਅਤੇ ਸਬਰ ਵੀ ਬਿਆਨ ਕੀਤਾ ਗਿਆ ਹੈ, ਜਿਨ੍ਹਾਂ ਕੋਲ ਇਹ ਸਹੂਲਤਾਂ ਨਹੀਂ ਹਨ। ਕਿਵੇਂ ਉਹ, ਹਰਚਰਨ ਸਿੰਘ ਦੀ ਨੂੰਹ ਦੁਆਰਾ ਸੁੱਟ ਦਿੱਤੀਆਂ ਗਈਆਂ ਪੱਖੀਆਂ ਮਿਲਣ ਤੇ, ਸਾਰੇ ਪਰਿਵਾਰ ਨੂੰ ਲੰਬੀ ਉਮਰ ਦੀਆਂ ਦੁਆਵਾਂ ਦਿੰਦੇ ਹਨ।

ਪੈਨਸ਼ਨ

ਗੋਲੂ, ਜੋ ਮਸਾਂ ਛੇ-ਸੱਤ ਵਰ੍ਹਿਆਂ ਦਾ ਸੀ, ਹਰ ਰੋਜ਼ ਆਪਣੇ ਸਾਹਮਣੇ ਵਾਲੇ ਘਰ ਦੇ ਦਰਵਾਜ਼ੇ ਲਾਗੇ ਬਣੀ ਨਿੱਕੀ ਜਿਹੀ ਕੋਠੜੀ ਵਿੱਚ ਇੱਕ ਬਜ਼ੁਰਗ ਔਰਤ ਨੂੰ ਬੈਠੀ ਦੇਖਦਾ। ਉਹ ਔਰਤ ਉਸਦੀ ਪੜਦਾਦੀ ਦੀ ਉਮਰ ਦੀ ਹੋਵੇਗੀ।

ਗੋਲੂ ਨੇ ਕਦੇ ਵੀ ਉਹਨੂੰ ਕੋਠੜੀ ਤੋਂ ਬਾਹਰ ਨਿਕਲਦੇ ਜਾਂ ਕਿਸੇ ਹੋਰ ਥਾਂ ਜਾਂਦੇ ਨਹੀਂ ਸੀ ਦੇਖਿਆ। ਉਹ ਖੇਡਦੇ ਹੋਏ ਅਕਸਰ ਹੀ ਉਸ ਔਰਤ ਕੋਲ ਚਲਾ ਜਾਂਦਾ ਅਤੇ ਪੁੱਛਦਾ ...

"ਬੇਬੇ, ਤੂੰ ਬਾਹਰ ਕਿਉਂ ਨਹੀਂ ਆਉਂਦੀ, ਨਾ ਹੀ ਕਿਸੇ ਦੇ ਘਰ ਜਾਂਦੀ ਐ?"

ਇਹ ਸੁਣ, ਬੇਬੇ ਉਦਾਸ ਹੋ ਜਾਂਦੀ ਤੇ ਕਹਿੰਦੀ ...

"ਪੁੱਤ ਕੋਈ ਲੈ ਕੇ ਜਾਵੇ ਤਾਂ ! ਮੇਰੇ ਤੋਂ ਹੁਣ ਤੁਰਿਆ ਨੀ ਜਾਂਦਾ। ਮੇਰਾ ਤਾਂ ਬਹੁਤ ਮਨ ਕਰਦੈ ਆਪਣੀਆਂ ਧੀਆਂ ਨੂੰ ਮਿਲਣ ਜਾਣ ਦਾ।"

ਇਹ ਸੁਣ ਕੇ ਗੋਲੂ ਦੀਆਂ ਅੱਖਾਂ ਭਰ ਆਉਂਦੀਆਂ ਤੇ ਕਹਿੰਦਾ, "ਜਦ ਮੈਂ ਵੱਡਾ ਹੋ ਜਾਵਾਂਗਾ, ਤਾਂ ਜ਼ਰੂਰ ਲੈ ਕੇ ਜਾਊਂ ਤੈਨੂੰ, ਬੇਬੇ।"

ਉਹ ਘਰ ਆ ਬੇਬੇ ਬਾਰੇ ਗੱਲ ਕਰਦਾ, ਤਾਂ ਉਹਦੇ ਮੰਮੀ-ਪਾਪਾ ਕਹਿੰਦੇ ਕਿ ਬੇਬੇ ਦੇ ਪੁੱਤ-ਪੋਤੇ ਚੰਗੇ ਨਹੀਂ। ਇਸ ਲਈ ਉਹ ਮੈਲੇ ਕੱਪੜੇ ਅਤੇ ਖ਼ਰਾਬ ਬਿਸਤਰੇ ਵਿੱਚ, ਉਸ ਕੋਠੜੀ ਅੰਦਰ ਰਹਿੰਦੀ ਹੈ। ਹਾਲਾਂਕਿ, ਪਿੱਛੇ ਵਾਲਾ ਘਰ ਕਾਫ਼ੀ ਸੁਹਣਾ ਹੈ।

ਇੱਕ ਦਿਨ, ਅਚਾਨਕ ਗੋਲੂ ਖੁਸ਼ੀ ਵਿੱਚ ਨੱਚਦਾ-ਟੱਪਦਾ ਘਰ ਆਇਆ। ਉਹਦੀ ਖੁਸ਼ੀ ਦਾ ਕੋਈ ਟਿਕਾਣਾ ਨਹੀਂ ਸੀ। ਖ਼ੁਸ਼ ਹੁੰਦਾ ਵੀ ਕਿਉਂ ਨਾ, ਅੱਜ ਉਹਨੇ ਬੇਬੇ ਨੂੰ ਸੁਹਣੇ ਕੱਪੜੇ ਪਾਈ, ਸਕੂਟਰ ਦੇ ਮਗਰ ਬੈਠੀ ਜਾਂਦਿਆਂ ਦੇਖਿਆ ਸੀ।

ਜਦ ਉਹ ਘਰ ਆਇਆ, ਤਾਂ ਉਹਦੇ ਪਾਪਾ ਨੇ ਪੁੱਛਿਆ, "ਕੀ ਗੱਲ ਬਈ, ਅੱਜ ਸਾਡਾ ਪੁੱਤ ਐਨਾ ਖੁਸ਼ ਐ, ਕੋਈ ਲਾਟਰੀ ਨਿਕਲ ਆਈ?"

ਗੋਲੂ ਉਤਸ਼ਾਹ ਵਿੱਚ ਬੋਲਿਆ, "ਪਾਪਾ, ਤੁਸੀਂ ਤਾਂ ਐਵੇ ਹੀ ਸਾਹਮਣੇ ਘਰ ਵਾਲੇ ਅੰਕਲ ਨੂੰ ਮਾੜਾ ਕਹਿੰਦੇ ਸੀ।"

"ਪਤਾ ! ਅੱਜ ਮੈਂ ਬੇਬੇ ਨੂੰ ਸੁਹਣੇ ਲੀੜੇ ਪਾਈ, ਉਹਨਾਂ ਨਾਲ ਸਕੂਟਰ 'ਤੇ ਜਾਂਦੇ ਹੋਏ ਦੇਖਿਆ।"

"ਉਹ ਪੱਕਾ ਭੂਆ ਜੀ ਨੂੰ ਮਿਲਣ ਗਏ ਹੋਏ ਨੇ।"

ਇਹ ਸੁਣਦਿਆਂ ਹੀ ਗੋਲੂ ਦੇ ਪਾਪਾ ਬੋਲੇ, "ਨਹੀਂ ਪੁੱਤ, ਬੁਢਾਪਾ ਪੈਨਸ਼ਨ ਆਈ ਹੈ।" ਇਸ ਗੱਲ ਦਾ ਮਤਲਬ ਸ਼ਾਇਦ ਗੋਲੂ ਦੀ ਸਮਝ ਤੋਂ ਬਾਹਰ ਸੀ।

ਪੈਨਸ਼ਨ

'ਪੈਨਸ਼ਨ' ਕਹਾਣੀ ਵਿੱਚ ਮਾਂ-ਬਾਪ ਅਤੇ ਹੋਰ ਰਿਸ਼ਤਿਆਂ ਨਾਲੋਂ ਕੇਵਲ ਪੈਸੇ ਨੂੰ ਦਿੱਤੇ ਜਾ ਰਹੇ ਮਹੱਤਵ ਨੂੰ ਉਜਾਗਰ ਕਰਨ ਦੀ ਕੋਸ਼ਿਸ਼ ਕੀਤੀ ਗਈ ਹੈ।

ਇੱਕ ਬਜ਼ੁਰਗ ਔਰਤ ਛੋਟੀ ਜਿਹੀ ਕੋਠੜੀ ਵਿੱਚ ਮੈਲੇ-ਕੁਚੈਲੇ ਕੱਪੜੇ ਪਾਈ ਹਮੇਸ਼ਾ ਇੱਕਲੀ ਬੈਠੀ ਰਹਿੰਦੀ ਹੈ। ਉਹ ਇੱਕਲੇ ਬਾਹਰ ਜਾਣ ਤੋਂ ਵੀ ਅਸਮਰਥ ਹੈ ਅਤੇ ਕੋਈ ਪਰਿਵਾਰਕ ਮੈਂਬਰ ਉਸ ਕੋਲ ਬੈਠਣ ਜਾਂ ਉਸਦੀ ਮਦਦ ਕਰਨ ਨੂੰ ਵੀ ਰਾਜ਼ੀ ਨਹੀਂ।

ਉਸੇ ਬੇਬੇ ਲਈ ਇੱਕ ਦਿਨ ਵੱਖਰਾ ਹੁੰਦਾ ਹੈ ਜਿਸ ਦਿਨ ਉਸ ਨੂੰ ਬੁਢਾਪਾ ਪੈਨਸ਼ਨ ਮਿਲਣੀ ਹੁੰਦੀ ਹੈ। ਉਸ ਦਿਨ ਬੇਬੇ ਚੰਗੇ ਕੱਪੜੇ ਪਾਉਂਦੀ ਹੈ ਅਤੇ ਸਕੂਟਰ 'ਤੇ ਬੈਠ ਕੇ ਬਾਹਰ ਜਾਂਦੀ ਹੈ।

ਦਰਅਸਲ ਇਹ ਸਲਾਮ ਬੇਬੇ ਨੂੰ ਨਹੀਂ, ਉਸ ਦੀ 'ਪੈਨਸ਼ਨ' ਨੂੰ ਹੁੰਦੀ ਹੈ !

ਆਤਮਾ ਨੂੰ ਖੁਸ਼ੀ

ਬੇਬੇ ਨਿਹਾਲ ਕੌਰ ਦਾ ਪਰਿਵਾਰ, ਜਿਸ ਵਿਚ ਨੂੰਹ-ਪੁੱਤ ਤੇ ਉਨ੍ਹਾਂ ਦੇ ਦੋ ਬੱਚੇ ਸਨ, ਨੇ ਇੱਕ ਸਾਲ ਪਹਿਲਾਂ ਆ ਕੇ ਸਾਡੇ ਘਰ ਦੇ ਨਾਲ ਵਾਲਾ ਮਕਾਨ ਕਿਰਾਏ ਤੇ ਲਿਆ ਸੀ।

ਬੇਬੇ ਉਮਰ ਵਿੱਚ ਕਾਫ਼ੀ ਬਜ਼ੁਰਗ ਸੀ। ਸਾਰਾ ਆਂਢ-ਗੁਆਂਢ ਉਹਨੂੰ ਸਤਿਕਾਰ ਨਾਲ ਬੀਜੀ ਕਹਿੰਦਾ। ਗਲੀ ਦੇ ਬੱਚੇ ਵੀ ਬੀਜੀ ਨਾਲ ਕਾਫ਼ੀ ਘੁਲ ਮਿਲ ਗਏ ਸਨ। ਉਹ ਆਉਂਦੇ-ਜਾਂਦੇ ਦਰਵਾਜ਼ੇ ਵਿੱਚ ਮੰਜੀ ਤੇ ਬੈਠੀ ਬੀਜੀ ਨੂੰ ਸਤਿ ਸ੍ਰੀ ਅਕਾਲ ਬੁਲਾਉਂਦੇ।

ਪਰ ਮੇਰੀ ਬੇਟੀ ਗੀਤ ਦੀ ਉਹਨਾਂ ਨਾਲ ਨੇੜਤਾ ਕੁਝ ਜ਼ਿਆਦਾ ਹੀ ਸੀ। ਇੱਕ ਤਾਂ ਉਹਨਾਂ ਦੇ ਪੋਤਰੇ ਹੀ ਸਨ, ਤੇ ਦੂਜਾ ਮੇਰੀ ਸੱਸ ਨਾ ਹੋਣ ਕਰਕੇ ਉਹ ਦਾਦੀ ਵਾਲਾ ਪਿਆਰ ਬੀਜੀ ਤੋਂ ਹੀ ਲੈਂਦੀ।

ਉਹ ਹਰ ਰੋਜ਼ ਸਕੂਲ ਤੋਂ ਆਉਂਦੀ ਬੇਬੇ ਨਿਹਾਲ ਕੌਰ ਕੋਲ ਬੈਠਦੀ। ਬੇਬੇ ਉਸਨੂੰ ਪੁੱਛਦੀ, "ਮੇਰੀ ਲਾਡੋ ਕੀ ਸਿੱਖ ਕੇ ਆਈ?" ਅਤੇ ਨਾਲ ਲੱਗਦੇ ਹੀ ਕਹਿੰਦੀ, "ਅੱਜ ਕੀ ਖਾਧਾ ਮੇਰੇ ਪੁੱਤ ਨੇ?"

ਸਾਉਣ ਦਾ ਮਹੀਨਾ ਹੋਣ ਕਰਕੇ, ਮੈਂ ਇੱਕ ਦਿਨ ਸ਼ਾਮ ਨੂੰ ਖੀਰ-ਪੂੜੇ ਬਣਾਏ। ਅਗਲੇ ਦਿਨ ਗੀਤ ਸਕੂਲ ਵੀ ਖੀਰ-ਪੂੜੇ ਲੈ ਗਈ। ਵਾਪਸੀ ਤੇ, ਜਦੋਂ ਉਹ ਬੀਜੀ ਕੋਲ ਰੁਕੀ, ਤਾਂ ਬੀਜੀ ਨੇ ਹਮੇਸ਼ਾ ਦੀ ਤਰ੍ਹਾਂ ਪੁੱਛਿਆ, "ਮੇਰੀ ਧੀ ਰਾਣੀ ਕੀ ਪੜ੍ਹ ਕੇ ਆਈ, ਤੇ ਕੀ ਖਾਧਾ?"

ਗੀਤ ਬਹੁਤ ਖੁਸ਼ੀ ਵਿੱਚ ਬੋਲੀ, "ਬੀਜੀ ! ਮੰਮੀ ਨੇ ਕੱਲ੍ਹ ਮੀਂਹ ਪੈਣ ਤੋਂ ਬਾਦ ਖੀਰ ਤੇ ਪੂੜੇ ਬਣਾਏ ਸੀ। ਉਹੀ ਲੈ ਕੇ ਗਈ ਸੀ। ਬਾਹਲੇ ਹੀ ਸਵਾਦ ਬਣੇ ਹੋਏ ਸੀ।"

ਬੇਬੇ ਬੋਲੀ, "ਅੱਛਾ, ਤੈਨੂੰ ਸਵਾਦ ਲੱਗਦੇ ਨੇ !"

"ਹਾਂ, ਵਾਯੂ !"

"ਤਾਂ ਜਦ ਫੇਰ ਬਣਾਏ, ਮੇਰੇ ਲਈ ਵੀ ਲਿਆਵੀਂ। ਬਹੁਤ ਜੀਅ ਕਰਦੈ ਖਾਣ ਨੂੰ", ਇਹ ਕਹਿੰਦੀ ਬੇਬੇ ਅੱਖਾਂ ਭਰ ਆਈ।

ਰੀਝ ਘਰ ਆ, ਸਕੂਲ ਵਾਲਾ ਬੈਗ ਰੱਖਦੀ ਸਿੱਧਾ ਰਸੋਈ ਵਿੱਚ ਜਾ ਫਰਿੱਜ ਦੀ ਫਰੋਲਾ-ਫਰਾਲੀ ਕਰਨ ਲੱਗੀ। ਇਹ ਦੇਖ ਮੈਂ ਪੁੱਛਿਆ, "ਕੀ ਗੱਲ ਹੈ? ਭੁੱਖ ਲੱਗੀ ਹੋਈ ਐ ਜਾਂ ਪਾਣੀ ਪੀਣਾ? ਜੋ ਐਨੀ ਕਾਹਲੀ ਵਿੱਚ ਹੈਂ।"

ਉਹ ਬਿਨਾਂ ਜਵਾਬ ਦਿੱਤੇ ਬੋਲੀ, "ਖੀਰ-ਪੂੜੇ ਕਿੱਥੇ ਨੇ?"

"ਪੂੜੇ ਤਾਂ ਮੁੱਕ ਗਏ, ਖੀਰ ਪਈ ਹੈ। ਪਰ ਤੂੰ ਕੀ ਕਰਨੀ ਐ? ਸਕੂਲ ਲੈ ਤਾਂ ਗਈ ਸੀ।"

"ਮੰਮੀ, ਬੀਜੀ ਨੂੰ ਦੇਣੀ, ਕਹਿੰਦੇ ਬਹੁਤ ਜੀਅ ਕਰਦਾ ਖਾਣ ਨੂੰ। ਇਹ ਕਹਿ ਰੋ ਪਏ ਸੀ ਉਹ।"

ਇਹ ਗੱਲ ਸੁਣ ਕੇ ਮੇਰਾ ਵੀ ਮਨ ਭਰ ਆਇਆ। ਮੈਂ ਖੀਰ ਕੌਲੀ ਵਿੱਚ ਪਾਈ ਅਤੇ ਬੇਟੀ ਨੂੰ ਨਾਲ ਲੈ ਕੇ ਬੇਬੇ ਨਿਹਾਲ ਕੌਰ ਦੇ ਘਰ ਚਲੀ ਗਈ। ਬੇਬੇ ਨੂੰ ਮੱਥਾ ਟੇਕਿਆ ਅਤੇ ਖੀਰ ਦੀ ਕੌਲੀ ਅੱਗੇ ਕਰ ਦਿੱਤੀ।

ਕੌਲੀ ਫੜਾਉਂਦਿਆਂ ਦੇਖ, ਬੇਬੇ ਦੀ ਨੂੰਹ ਨੇ ਪੁੱਛਿਆ, "ਭੈਣ ਜੀ, ਆਹ ਕੀ ਲੈ ਕੇ ਆਏ ਹੋ?" ਇਸ ਤੋਂ ਪਹਿਲਾਂ ਕਿ ਮੈਂ ਕੁਝ ਕਹਿੰਦੀ, ਰੀਝ ਬੋਲ ਪਈ, "ਆਂਟੀ ਜੀ, ਖੀਰ ਐ ਬੀਜੀ ਵਾਸਤੇ।"

ਉਸ ਦੇ ਮੂੰਹੋਂ ਇਹ ਸ਼ਬਦ ਨਿਕਲੇ ਹੀ ਸੀ ਕਿ ਬੇਬੇ ਦੀ ਨੂੰਹ ਫਟਾ-ਫਟ ਬੋਲੀ, "ਭੈਣ ਜੀ, ਤੁਸੀਂ ਇਸ ਨੂੰ ਪੁੱਠੀ ਆਦਤ ਨਾ ਪਾਉ। ਇਹਦੀਆਂ ਤਾਂ ਫਰਮਾਇਸ਼ਾਂ ਹੀ ਨਹੀਂ ਮੁਕਦੀਆਂ, ਕੁੱਝ ਨਾ ਕੁੱਝ ਮੰਗਦੀ ਰਹਿਣਾ ਇਹਨੇ।"

“ਹਰ ਰੋਜ਼ ਖੀਰ ਕੌਣ ਬਣਾਵੇ? ਨਾ ਤਾਂ ਐਨਾ ਟਾਈਮ ਤੇ ਉੱਤੋਂ ਮੁੱਲ ਦਾ ਦੁੱਧ, ਉਹ ਵੀ ਮਹਿੰਗੇ ਭਾਅ !”

ਉਹ ਪਤਾ ਨਹੀਂ ਕੀ ਕੁਝ ਬਿਨਾਂ ਸੋਚੇ-ਸਮਝੇ ਬੋਲੀ ਗਈ, ਜਿਸਨੂੰ ਸੁਣ ਬੀਜੀ ਦੀਆਂ ਅੱਖਾਂ ਵਿੱਚੋਂ ਹੰਝੂ ਵਗ ਤੁਰੇ ਤੇ ਉਸਦੇ ਕੰਬਦੇ ਹੱਥਾਂ ‘ਚੋਂ ਖੀਰ ਦੀ ਕੌਲੀ ਛੁੱਟ ਗਈ।

ਅਸੀਂ ਘਰ ਵਾਪਿਸ ਆ ਗਈਆਂ, ਪਰ ਉਸ ਰਾਤ ਮੈਨੂੰ ਨੀਂਦ ਨਾ ਆਈ ਅਤੇ ਰੀਝ ਵੀ ਸਾਰੀ ਰਾਤ ਰੋਂਦੀ ਰਹੀ।

ਇਸ ਗੱਲ ਨੂੰ ਹਫ਼ਤਾ ਹੋ ਚੁੱਕਾ ਸੀ। ਸਾਨੂੰ ਬਾਹਰੋਂ ਉੱਚੀ ਰੋਣ ਦੀਆਂ ਅਵਾਜ਼ਾਂ ਸੁਣਾਈ ਦਿੱਤੀਆਂ। ਅਸੀਂ ਭੱਜ ਕੇ ਬਾਹਰ ਨਿਕਲੇ, ਤਾਂ ਪਤਾ ਲੱਗਾ ਕਿ ਬੇਬੇ ਨਿਹਾਲ ਕੌਰ ਪੂਰੀ ਹੋ ਗਈ।

ਰੀਝ ਦਾ ਰੋ-ਰੋ ਬੁਰਾ ਹਾਲ ਸੀ। ਸਾਡਾ ਦੋਵਾਂ ਜੀਆਂ ਦਾ ਮਨ ਵੀ ਉਦਾਸ ਸੀ। ਦਿਲ ਤਾਂ ਨਹੀਂ ਸੀ ਕਰਦਾ, ਉਸ ਦਿਨ ਤੋਂ ਬਾਅਦ ਉਹਨਾਂ ਦੇ ਘਰ ਜਾਣ ਨੂੰ, ਪਰ ਬੇਬੇ ਦੇ ਆਖਰੀ ਦਰਸ਼ਨਾਂ ਲਈ ਚਲੇ ਹੀ ਗਏ।

ਅੰਤਿਮ ਸੰਸਕਾਰ ਹੋ ਗਿਆ। ਸਾਰੇ ਸਾਕ-ਸੰਬੰਧੀ ਤੇ ਆਂਢ-ਗੁਆਂਢ ਬੈਠਾ ਸੀ। ਗੱਲ ਚਲੀ ਕਿ ਕਣਕ ਦੀ ਵਾਢੀ ਦਾ ਸੀਜ਼ਨ ਅਤੇ ਦਫ਼ਤਰੀ ਕੰਮਾਂ ਕਰਕੇ, ਕਿਸੇ ਕੋਲ ਐਨਾ ਸਮਾਂ ਨਹੀਂ ਕਿ ਦਸ ਦਿਨ ਬੈਠ ਕੇ ਪਾਠ ਸੁਣ ਸਕੇ। ਇਸ ਕਰਕੇ ਫੁੱਲ ਚੁਗਣ ਵਾਲੇ ਦਿਨ ਹੀ ਭੋਗ ਪਾ ਦੇਣ ਦੀ ਸਲਾਹ ਕੀਤੀ ਗਈ। ਫਿਰ ਗੱਲ ਹੋਈ ਕਿ ਲੰਗਰ ਵਿੱਚ ਕੀ ਬਣਾਇਆ ਜਾਵੇ?

ਨੂੰਹ ਫਟਾਫਟ ਬੋਲੀ, “ਦਾਲ-ਰੋਟੀ ਨਾਲ ਖੀਰ ਜ਼ਰੂਰ ਬਣਾਵਾਂਗੇ, ਬੇਬੇ ਨੂੰ ਬਹੁਤ ਪਸੰਦ ਸੀ।”

ਇਹ ਸੁਣ ਸਾਰਿਆਂ ਹਾਮੀ ਭਰਦਿਆਂ ਕਿਹਾ, “ਇਹ ਤਾਂ ਬਹੁਤ ਚੰਗੀ ਗੱਲ ਹੈ, ਇਸ ਨਾਲ ਬੇਬੇ ਦੀ ਆਤਮਾ ਨੂੰ ਖੁਸ਼ੀ ਮਿਲੇਗੀ।”

ਨੂੰਹ ਦੀ ਗੱਲ ਸੁਣ, ਮੈਨੂੰ ਅੱਖਾਂ ਸਾਹਮਣੇ ਰੋਈ ਜਾਂਦੀ ਬੇਬੇ, ਉਸਦੇ ਹੱਥੋਂ ਡਿੱਗੀ ਕੌਲੀ ਅਤੇ ਖੀਰ ਖਾਣ ਨੂੰ ਤਰਸਦੀਆਂ ਅੱਖਾਂ ਦਿਖਾਈ ਦੇਣ ਲੱਗੀਆਂ। ਇੰਜ ਲੱਗਾ ਜਿਵੇਂ ਬੇਬੇ ਕਹਿ ਰਹੀ ਹੋਵੇ ...

"ਆਤਮਾ ਦੀ ਖੁਸ਼ੀ ਜਿਊਂਦਿਆਂ ਦੀ ਹੁੰਦੀ ਐ, ਮਰਿਆਂ ਦੀ ਨਹੀਂ !"

ਆਤਮਾ ਨੂੰ ਖੁਸ਼ੀ

ਸਾਡੇ ਸਮਾਜ ਵਿੱਚ ਅਕਸਰ ਦੇਖਿਆ ਗਿਆ ਹੈ ਕਿ ਜਦੋਂ ਕੋਈ ਇਨਸਾਨ ਬਜ਼ੁਰਗਾ ਹੋ ਜਾਂਦਾ ਹੈ ਤਾਂ ਪਰਿਵਾਰ ਵਲੋਂ ਉਸਦੀ ਪ੍ਰਵਾਹ ਘੱਟ ਹੋ ਜਾਂਦੀ ਹੈ। ਉਸਨੂੰ ਸਿਰਫ਼ ਮੰਜੇ 'ਤੇ ਚੁੱਪ ਕਰਕੇ ਬੈਠਾ ਦੇਖਣਾ ਹੀ ਪਸੰਦ ਕਰਦੇ ਹਨ। ਜਿਉਂਦੇ ਜੀਅ ਬਜ਼ੁਰਗਾ ਦੀ ਕੋਈ ਵੀ ਇੱਛਾ ਨੂੰਹ-ਪੁੱਤ ਨੂੰ ਨਖਰਾ ਜਾਂ ਬੋਝ ਜਾਪਦੀ ਹੈ।

ਪਰ ਜਦੋਂ ਉਹ ਇਨਸਾਨ ਇਸ ਦੁਨੀਆਂ ਵਿੱਚ ਨਹੀਂ ਰਹਿੰਦਾ, ਤਾਂ ਉਸਦੀ ਆਤਮਾ ਨੂੰ ਖੁਸ਼ ਕਰਨ ਲਈ, ਉਸਦੀ ਪਸੰਦ ਦੇ ਭੋਜਨ ਦਾ ਲੰਗਰ ਲਗਾਉਂਦੇ ਹਨ। ਭਾਵੇਂ ਉਹ ਵਿਅਕਤੀ ਇਹਨਾਂ ਚੀਜ਼ਾਂ ਨੂੰ ਤਰਸਦਾ ਹੀ ਚਲਾ ਗਿਆ ਹੋਵੇ।

ਬੇਬੇ ਨਿਹਾਲ ਕੌਰ ਨਾਲ ਵੀ ਕੁਝ ਇਸੇ ਤਰ੍ਹਾਂ ਹੁੰਦਾ ਹੈ। ਉਹ ਖੀਰ ਖਾਣ ਨੂੰ ਤਰਸਦੀ ਇਸ ਜਹਾਨ ਤੋਂ ਤੁਰ ਜਾਂਦੀ ਹੈ। ਜਦਕਿ ਉਸਦੇ ਮਰਨ ਤੋਂ ਬਾਅਦ, ਉਹੀ ਨੂੰਹ, ਖੀਰ ਬਣਾਕੇ ਬੇਬੇ ਦੀ ਆਤਮਾ ਨੂੰ ਖੁਸ਼ ਕਰਨ ਦੀ ਕੋਸ਼ਿਸ਼ ਕਰਦੀ ਹੈ।

ਜਾਗਦੇ ਰਹੋ

ਸਾਡੇ ਮੁਹੱਲੇ, ਪਿਛਲੇ 2-3 ਮਹੀਨਿਆਂ ਵਿੱਚ ਚੋਰੀ ਦੀਆਂ ਬਹੁਤ ਵਾਰਦਾਤਾਂ ਹੋ ਗਈਆਂ ਸਨ। ਲੋਕਾਂ ਨੇ ਕਈ ਵਾਰ ਰਾਤ ਨੂੰ ਅਣਪਛਾਤੇ ਬੰਦਿਆਂ ਨੂੰ ਵੀ ਆਉਂਦੇ-ਜਾਂਦੇ ਦੇਖਿਆ ਸੀ।

ਕਾਲੋਨੀ ਵਿੱਚ ਆਉਣ-ਜਾਣ ਦਾ ਇੱਕ ਹੀ ਰਸਤਾ ਸੀ ਕਿਉਂਕਿ ਗਲੀ ਅਖ਼ੀਰ ਵਿੱਚ ਬੰਦ ਹੋ ਜਾਂਦੀ ਸੀ। ਲੋਕਾਂ ਨੇ ਸੋਚਿਆ ਕਿ ਕਿਉਂ ਨਾ ਇੱਕ ਚੌਕੀਦਾਰ ਰੱਖ ਲਿਆ ਜਾਵੇ, ਜੋ ਗਲੀ ਦੀ ਐਂਟਰੀ 'ਤੇ ਪਹਿਰਾ ਦੇਵੇ ਅਤੇ ਨਾਲ ਦੀ ਨਾਲ ਚੱਕਰ ਲਾ ਕੇ 'ਜਾਗਦੇ ਰਹੋ' ਦੀ ਆਵਾਜ਼ ਦੇਵੇ।

ਸਾਰਿਆਂ ਦੀ ਸਲਾਹ ਨਾਲ ਇੱਕ ਚੌਕੀਦਾਰ ਰੱਖ ਕੇ ਉਸਨੂੰ ਕੰਮ ਬਾਰੇ ਸਮਝਾ ਦਿੱਤਾ ਗਿਆ। ਰਾਤ 8 ਵਜੇ ਉਹ ਆਪਣੀ ਡਿਊਟੀ ਸ਼ੁਰੂ ਕਰਦਾ ਅਤੇ ਘੰਟੇ-ਘੰਟੇ ਬਾਅਦ ਗਲੀ ਵਿੱਚ ਆਵਾਜ਼ ਦਿੰਦਾ 'ਜਾਗਦੇ ਰਹੋ, ਜਾਗਦੇ ਰਹੋ'।

ਉਹ ਰੋਜ਼ਾਨਾ ਆਪਣੀ ਡਿਊਟੀ ਇੰਝ ਹੀ ਨਿਭਾਉਂਦਾ ਸੀ। ਇੱਕ ਰਾਤ ਉਸਨੇ ਸੋਚਿਆ ਕਿ ਦੋ ਮਹੀਨੇ ਹੋ ਗਏ, ਕਦੇ ਕੋਈ ਚੋਰੀ ਨਹੀਂ ਹੋਈ। ਸੋ ਉਸਨੇ ਆਪਣੇ ਫੋਨ ਵਿੱਚ 'ਜਾਗਦੇ ਰਹੋ' ਵਾਲੀ ਆਵਾਜ਼ ਰਿਕਾਰਡ ਕਰ ਲਈ। ਇਹ ਆਵਾਜ਼ ਚਾਲੂ ਕਰ ਕੇ ਫੋਨ ਥੋੜ੍ਹਾ ਦੂਰ ਰੱਖ ਦਿੰਦਾ ਤਾਂ ਜੋ ਉਸ ਦੀ ਨੀਂਦ ਖ਼ਰਾਬ ਨਾ ਹੋਵੇ।

ਕਾਫ਼ੀ ਦਿਨ ਸੁੱਖ-ਸਾਂਦ ਨਾਲ ਨਿਕਲ ਗਏ ਸਨ। ਕੋਈ ਚੋਰੀ ਨਹੀਂ ਹੋਈ ਅਤੇ ਕਿਸੇ ਨੂੰ ਇਸ ਗੱਲ ਦਾ ਪਤਾ ਵੀ ਨਹੀਂ ਲੱਗਾ। ਰਾਤ ਨੂੰ ਨੀਂਦ ਪੂਰੀ ਕਰ ਉਹ ਦਿਨ ਵੇਲੇ ਆਪਣੇ ਹੋਰ ਕੰਮ ਕਰ ਲੈਂਦਾ।

ਆਖ਼ਿਰ ਉਹ ਰਾਤ ਆ ਗਈ ਜਦ ਚੋਰਾਂ ਨੇ ਮੁੜ ਉਸ ਗਲੀ ਵੱਲ ਰੁਖ ਕੀਤਾ। ਉਹਨਾਂ ਦੀ ਸਕੀਮ, ਚੌਕੀਦਾਰ ਨੂੰ ਬੇਹੋਸ਼ ਕਰ ਕੇ, ਗਲੀ ਵਿੱਚ ਜਾਣ ਦੀ

ਸੀ, ਪਰ ਉਸਨੂੰ ਘੂਕ ਸੁੱਤਾ ਦੇਖ, ਉਹਨਾਂ ਆਪਣਾ ਇਰਾਦਾ ਬਦਲ ਲਿਆ। ਚੋਰ, ਚੌਕੀਦਾਰ ਦਾ ਫੋਨ ਤੇ ਸਾਈਕਲ ਚੁੱਕ ਕੇ ਲੈ ਗਏ।

ਜਦ ਚੌਕੀਦਾਰ ਜਾਗਿਆ ਤਾਂ ਉਹ ਆਪਣਾ ਸਮਾਨ ਗਾਇਬ ਦੇਖ ਕੇ ਘਬਰਾ ਗਿਆ। ਥਾਣੇ ਜਾ ਕੇ ਰਿਪੋਰਟ ਲਿਖਾਉਣ ਬਾਰੇ ਸੋਚਣ ਲੱਗਾ ਤਾਂ ਉਸਨੂੰ ਯਾਦ ਆ ਗਿਆ ਕਿ ਥਾਣਾ ਇੰਚਾਰਜ ਤਾਂ ਉਸੇ ਕਾਲੋਨੀ ਦਾ ਪ੍ਰਧਾਨ ਹੈ। ਫੋਨ ਅਤੇ ਸਾਈਕਲ ਤਾਂ ਗਿਆ ਹੀ ਸੀ, ਨੌਕਰੀ ਵੀ ਜਾਂਦੀ ਦੇਖ, ਉਸਨੇ ਆਪਣੇ ਕਦਮ ਰੋਕ, ਗੱਲ ਉੱਥੇ ਹੀ ਦਬਾ ਲਈ।

ਅਗਲੀ ਰਾਤ ਉਹ ਆਪਣੇ ਕੀਤੇ 'ਤੇ ਪਛਤਾਉਂਦਾ, ਪਹਿਰਾ ਦਿੰਦਾ ਇੰਝ ਜਾਪ ਰਿਹਾ ਸੀ ਜਿਵੇਂ ਆਪਣੇ ਆਪ ਨੂੰ ਕਹਿ ਰਿਹਾ ਹੋਵੇ, 'ਜਾਗਦੇ ਰਹੋ'!

ਜਾਗਦੇ ਰਹੋ

ਕਹਾਣੀ 'ਜਾਗਦੇ ਰਹੋ' ਸਾਡੇ ਸਮਾਜ ਵਿਚਲੀ ਕੰਮਚੋਰੀ ਦੀ ਆਦਤ ਨੂੰ ਉਜਾਗਰ ਕਰਦੀ ਹੈ। ਇਹ ਸਿਰਫ਼ ਕਿਸੇ ਇੱਕ ਪੇਸ਼ੇ ਤੱਕ ਹੀ ਸੀਮਿਤ ਨਹੀਂ, ਸਗੋਂ ਸਾਰੇ ਵਰਗਾਂ ਦੇ ਕਾਮਿਆਂ ਵਿੱਚ ਆਮ ਹੀ ਦੇਖੀ ਜਾਂਦੀ ਹੈ।

ਕੋਈ ਵਿਰਲਾ ਹੀ ਹੋਵੇਗਾ ਜੋ ਮਿਲਦੀ ਤਨਖ਼ਾਹ ਦੇ ਬਦਲੇ, ਪੂਰਾ ਕੰਮ ਕਰਨ ਦੀ ਭਾਵਨਾ ਰੱਖਦਾ ਹੋਵੇ, ਨਹੀਂ ਤਾਂ ਸਾਰੇ ਹਰ ਹੀਲੇ ਕੰਮ ਤੋਂ ਭੱਜਣ ਦੀ ਕੋਸ਼ਿਸ਼ ਕਰਦੇ ਹਨ।

ਇਸ ਕਹਾਣੀ ਦਾ ਚੌਕੀਦਾਰ ਵੀ ਇਸੇ ਪ੍ਰਵਿਰਤੀ ਦਾ ਮਾਲਕ ਹੈ। ਉਹ ਆਪਣੀ ਡਿਊਟੀ ਨੂੰ ਡਿਊਟੀ ਨਾ ਸਮਝ, ਲਾਪਰਵਾਹੀ ਕਰਦਾ ਹੈ ਜਿਸ ਦਾ ਹਰਜਾਨਾ ਉਸ ਨੂੰ ਖੁਦ ਹੀ ਭੁਗਤਣਾ ਪੈਂਦਾ ਹੈ।

ਉਸਦੀ ਅਗਲੇ ਦਿਨ ਵਾਲੀ 'ਜਾਗਦੇ ਰਹੋ' ਦੀ ਆਵਾਜ਼ ਸ਼ਾਇਦ ਲੋਕਾਂ ਲਈ ਨਹੀਂ, ਸਗੋਂ ਆਪਣੇ ਆਪ ਨੂੰ ਆਪਣੇ ਫਰਜਾਂ ਪ੍ਰਤੀ ਜਾਗਦੇ ਰੱਖਣ ਲਈ ਸੀ।

ਕੋਲਡ ਵਾਰ

ਮੈਂ ਪਿਛਲੇ ਸਾਲ ਜਦੋਂ ਪਿੰਡ ਗਈ, ਤਾਂ ਕਾਫ਼ੀ ਸਮੇਂ ਬਾਅਦ ਘਰ ਲੰਮਾ ਸਮਾਂ ਗੁਜ਼ਾਰਨ ਦਾ ਮੌਕਾ ਮਿਲਿਆ। ਪੜ੍ਹਾਈ, ਨੌਕਰੀ ਅਤੇ ਫਿਰ ਵਿਦੇਸ਼ ਦੇ ਚੱਕਰਾਂ ਕਰਕੇ ਮੈਂ ਜ਼ਿਆਦਾਤਰ ਘਰ ਤੋਂ ਬਾਹਰ ਹੀ ਰਹੀ ਸੀ।

ਇਸ ਵਾਰ ਜਦ ਮੈਂ ਆਪਣੇ ਘਰ ਰਹੀ ਤਾਂ ਆਂਢ-ਗੁਆਂਢ ਪਹਿਲਾਂ ਨਾਲੋਂ ਸ਼ਾਂਤੀ ਸੀ। ਉਂਝ ਤਾਂ ਇਹ ਸ਼ਾਂਤੀ ਚੰਗੀ ਸੀ, ਪਰ ਕੁੱਝ ਅਜੀਬ ਜਿਹਾ ਮਹਿਸੂਸ ਹੋ ਰਿਹਾ ਸੀ।

ਦਰਅਸਲ ਬਚਪਨ ਵਿੱਚ ਅਕਸਰ ਹੀ ਅਸੀਂ, ਆਸ-ਪਾਸ ਦੇ ਘਰਾਂ ਵਿੱਚ ਦਿਨ ਵੇਲੇ ਬੁੜੀਆਂ ਦੀ ਅਤੇ ਰਾਤ ਨੂੰ ਸ਼ਰਾਬੀਆਂ ਦੀ, ਲੜਾਈ ਹੁੰਦੀ ਦੇਖਦੇ। ਉਦੋਂ ਹੀ ਪਤਾ ਲੱਗਦਾ ਜਦ ਗੱਲ, ਗਾਲਾਂ ਤੋਂ ਡਾਂਗਾਂ-ਸੋਟੀਆਂ ਤੱਕ ਪਹੁੰਚ ਜਾਂਦੀ।

ਫਿਰ ਅਗਲੇ ਦਿਨ ਪੰਚਾਇਤ ਵਿੱਚ ਬੈਠ ਰਾਜ਼ੀਨਾਮਾ ਹੁੰਦਾ। ਥੋੜੇ ਹੀ ਦਿਨਾਂ ਬਾਅਦ ਮੇਲ-ਮਿਲਾਪ ਪਹਿਲਾਂ ਵਾਂਗ ਸ਼ੁਰੂ ਹੋ ਜਾਂਦਾ।

ਹਰ ਵਾਰ ਇਹੀ ਕਿਹਾ ਜਾਂਦਾ, "ਖਾਧੀ-ਪੀਤੀ ਵਿੱਚ ਹੋ ਗਿਆ !"

ਇਸੇ ਤਰ੍ਹਾਂ ਹੀ ਔਰਤਾਂ ਕੂੜੇ ਪਿੱਛੇ ਲੜ ਪੈਂਦੀਆਂ। ਕਿਸੇ ਨੇ ਆਪਣਾ ਕੂੜਾ ਦੂਜੀ ਦੀ ਰੂੜੀ 'ਤੇ ਸੁੱਟ ਦਿੱਤਾ, ਕਿਸੇ ਨੇ ਪਾਥੀਆਂ ਦੀ ਯੜ ਦੂਸਰੀ ਦੀ ਪਖਟਣ ਵਿੱਚ ਵਧਾ ਕੇ ਲਾ ਦੇਣੀ, ਜਾਂ ਇੱਕ ਦੀ ਚੁਗਲੀ ਦੂਜੀ ਕੋਲ ਕਰ ਦੇਣੀ, ਫਿਰ ਸਣੇ ਕੂੜੇ ਦੀਆਂ ਟੇਕਰੀਆਂ, ਲੜਾਈ ਹੋ ਜਾਂਦੀ ਸੀ।

ਇਸ ਤੋਂ ਇਲਾਵਾ, ਕਿਸੇ ਖੁਸ਼ੀ ਦੇ ਮੌਕੇ 'ਤੇ ਵਧਾਈ ਨਾ ਦੇਣ ਜਾਂ ਦੁੱਖ ਸਮੇਂ ਮਾੜਾ ਹੋਇਆ ਨਾ ਕਹਿਣ ਕਾਰਨ ਵੀ ਗੁੱਸੇ-ਗਿਲੇ ਵੱਧ ਜਾਂਦੇ ਸਨ।

ਜਦ ਇੱਕ ਔਰਤ ਨੂੰ ਦੂਜੀ ਨਾਲ ਕੋਈ ਗੁੱਸਾ ਹੁੰਦਾ, ਉਹ ਅਗਲੀ ਦੇ ਘਰ ਜਾ ਲੜਨਾ ਸ਼ੁਰੂ ਕਰ ਦਿੰਦੀ। ਪਹਿਲਾਂ ਲੜਾਈ ਦਾ ਮਾਹੌਲ ਪੂਰਾ ਭਖਦਾ, ਪਰ ਜਦ ਕੋਈ ਨੂੰਹ-ਧੀ ਸਤਿ ਸ੍ਰੀ ਅਕਾਲ ਕਹਿ, ਜਾਂ ਪੈਰੀਂ ਹੱਥ ਲਾ ਚਾਹ ਦਾ ਗਿਲਾਸ ਫੜਾ ਦਿੰਦੀ, ਤਾਂ ਗੁੱਸਾ ਹੌਲੀ-ਹੌਲੀ ਸ਼ਾਂਤ ਹੋ ਜਾਂਦਾ ਅਤੇ ਉਹ ਲੜਾਈ ਭੁੱਲ ਕਿਸੇ ਹੋਰ ਦੀਆਂ ਚੁਗਲੀਆਂ ਸ਼ੁਰੂ ਕਰ ਦਿੰਦੀਆਂ।

ਮੇਰੀ ਤਾਈ ਵੀ ਬਹੁਤ ਵਾਰ ਆਈ ਸੀ, ਮੇਰੀ ਮੰਮੀ ਨਾਲ ਲੜਨ। ਲੜਾਈ ਤਾਂ ਇੱਕ ਬਹਾਨਾ ਹੁੰਦੀ ਸੀ। ਅਸਲ ਵਿਚ, ਕਰਨੀ ਤਾਂ ਸੁਲਹ-ਸਫ਼ਾਈ ਹੀ ਹੁੰਦੀ ਸੀ, ਅਤੇ ਗੱਲਾਂ ਨਾਲ ਭਰਿਆ ਢਿੱਡ ਖਾਲੀ।

ਪਰ ਇਸ ਵਾਰ ਤਾਂ ਵਰਤਾਰਾ ਅਜੀਬ ਸੀ। ਜੇਕਰ ਕੋਈ ਲੜ ਨਹੀਂ ਰਿਹਾ ਸੀ ਤਾਂ ਬੋਲ ਵੀ ਕਿੱਥੇ ਰਿਹਾ ਸੀ !

ਉਂਝ ਤਾਂ ਇਹ ਬਦਲਾਵ ਚੰਗਾ ਸੀ ਕਿਉਂਕਿ ਲੜਾਈ ਤੋਂ ਬਚਾਅ ਸੀ, ਪਰ ਦਿਲ ਨੂੰ ਚੀਰਦਾ ਇੱਕ ਸਨਾਟਾ ਤੇ ਦੂਰੀ ਜ਼ਰੂਰ ਸੀ।

ਇਹ ਮਾਹੌਲ ਵੇਖ ਕੇ, ਮੈਂ ਇੱਕ ਦਿਨ ਮੰਮੀ ਨੂੰ ਕਿਹਾ, "ਲੱਗਦਾ ਆਪਣੀ ਗਲੀ ਦੇ ਲੋਕ ਕਾਫ਼ੀ ਸਿਆਣੇ ਹੋ ਗਏ। ਪਹਿਲਾਂ ਤਾਂ ਰੋਜ਼ ਕਿਸੇ ਨਾ ਕਿਸੇ ਘਰ ਤੋਂ ਮੇਹਣੇ-ਮੇਹਣੀ ਹੋਣ ਦੀਆਂ ਅਵਾਜ਼ਾਂ ਆਉਂਦੀਆਂ ਸਨ, ਪਰ ਹੁਣ ਸ਼ਾਂਤੀ ਹੈ।"

ਮੰਮੀ ਹੱਸ ਕੇ ਬੋਲੀ, "ਲੱਗਦਾ ਹੈ, ਤੂੰ ਅੱਜ-ਕੱਲ੍ਹ ਉਹਨਾਂ ਦੇ ਵਟਸਐਪ ਸਟੇਟਸ ਨਹੀਂ ਦੇਖਦੀ?"

ਮੈਂ ਹੈਰਾਨ ਹੋ ਕੇ ਪੁੱਛਿਆ, "ਮੰਮੀ, ਮੇਰੀ ਗੱਲ ਦਾ ਇਸ ਨਾਲ ਕੀ ਮਤਲਬ? ਮੈਂ ਕੀ ਪੁੱਛ ਰਹੀ ਹਾਂ, ਤੇ ਤੁਸੀਂ ਕੀ ਕਹਿ ਰਹੇ ਹੋ?"

ਇਸ 'ਤੇ ਮੰਮੀ ਨੇ ਮੈਨੂੰ ਆਪਣਾ ਫੋਨ ਖੋਲ ਕੇ ਦਿਖਾਇਆ।

ਉਹੀ ਲੋਕ, ਜੋ ਪਹਿਲਾਂ ਰਾਤ ਨੂੰ ਲੜ ਕੇ ਸਵੇਰੇ ਜੱਫੀਆਂ ਪਾ ਲੈਂਦੇ ਸਨ, ਹੁਣ ਵਟਸਐਪ ਸਟੇਟਸ ਲਗਾ ਰਹੇ ਸਨ ...

"ਨੀ ਮੈਂ ਕਰਾ ਨਾ ਕਿਸੇ ਦੀ ਪਰਵਾਹ।"

"ਤੇਰੇ ਯਾਰ ਨੂੰ ਦੱਬਣ ਨੂੰ ਫਿਰਦੇ ਸੀ, ਪਰ ਦੱਬਦਾ ਕਿੱਥੇ ਆ।"

ਮੰਮੀ ਨੇ ਹੱਸਦਿਆਂ ਕਿਹਾ, "ਹੁਣ ਤਾਂ 'ਕੋਲਡ ਵਾਰ' ਚੱਲ ਰਹੀ ਹੈ ਪੁੱਤ !"

ਕੋਲਡ ਵਾਰ

ਆਧੁਨਿਕ ਯੁੱਗ ਵਿੱਚ, ਜਿੱਥੇ ਵਿਗਿਆਨ ਦੀਆਂ ਕਾਢਾਂ ਨੇ ਮਨੁੱਖੀ ਜੀਵਨ ਨੂੰ ਸੌਖਾ ਕਰ ਦਿੱਤਾ ਹੈ, ਉੱਥੇ ਕੁੱਝ ਲੋਕਾਂ ਦੁਆਰਾ ਇਹਨਾਂ ਦੀ ਦੁਰਵਰਤੋਂ ਕਾਰਨ ਮਾੜੇ ਪ੍ਰਭਾਵ ਵੀ ਸਾਹਮਣੇ ਆਏ ਹਨ। ਇਹਨਾਂ ਵਿੱਚੋਂ ਇੰਟਰਨੈੱਟ ਅਤੇ ਮੋਬਾਈਲ ਫੋਨ ਨੇ ਸਭ ਤੋਂ ਵੱਧ ਆਮ ਜਨਜੀਵਨ ਨੂੰ ਪ੍ਰਭਾਵਿਤ ਕੀਤਾ ਹੈ।

ਜਿੱਥੇ ਇਹਨਾਂ ਦੋਵਾਂ ਨੇ ਦੇਸ਼ਾਂ-ਵਿਦੇਸ਼ਾਂ ਵਿੱਚ ਵੱਸਣ ਵਾਲੇ ਆਪਣਿਆਂ ਨੂੰ ਸਾਡੇ ਨੇੜੇ ਕੀਤਾ ਹੈ, ਉੱਥੇ ਕੋਲ ਰਹਿਣ ਵਾਲਿਆਂ ਤੋਂ ਸਾਨੂੰ ਦੂਰ ਕਰ ਦਿੱਤਾ ਹੈ।

ਇਸੇ ਤਰ੍ਹਾਂ ਦਾ ਦੁਖਾਂਤ ਇਸ ਕਹਾਣੀ ਵਿੱਚ ਪੇਸ਼ ਕੀਤਾ ਗਿਆ ਹੈ। ਕਿਵੇਂ ਅੱਜ-ਕੱਲ੍ਹ ਲੋਕ ਨੇੜੇ ਰਹਿੰਦੇ ਹੋਏ ਵੀ ਮਨ ਦੇ ਗਿਲੇ-ਸ਼ਿਕਵੇ ਆਪਸ ਵਿੱਚ ਸਾਂਝੇ ਨਹੀਂ ਕਰਦੇ, ਬਲਕਿ ਸ਼ੋਸਲ ਮੀਡੀਆ ਰਾਹੀਂ ਲੜਦੇ ਹਨ।

ਬਾਹਰੋਂ ਦੇਖਣ ਨੂੰ ਤਾਂ ਸਭ ਠੀਕ-ਠਾਕ ਲਗਦਾ ਹੈ ਪਰ ਅੰਦਰਲੇ ਰੋਸੇ ਉਸੇ ਤਰ੍ਹਾਂ ਬਰਕਰਾਰ ਨੇ। ਜੇ ਇਹ ਰੋਸ ਬਾਹਰ ਵੀ ਆਉਂਦਾ ਹੈ ਤਾਂ ਅਸਿੱਧੇ ਰੂਪ ਵਿੱਚ। ਇਸ ਨੂੰ ਦੂਰ ਕਰਨਾ ਔਖਾ ਹੈ ਕਿਉਂਕਿ 'ਕੋਲਡ ਵਾਰ' ਚੱਲ ਰਹੀ ਹੈ।

ਮਿਹਨਤਾਨਾ

"ਬੀਬੀ ਜੀ, ਇਸ ਵਾਰ ਕਾਕੇ ਦੇ ਵਿਆਹ ਤੇ ਸੱਤ ਦਿਨ ਕੰਮ ਕਰੁੰਗੀ। ਪੂਰਾ 2100 ਤੇ ਮਹਿੰਗਾ ਜਿਹਾ ਕਢਾਈ ਵਾਲਾ ਸੂਟ ਲਊਂ। ਸੁੱਖ ਨਾਲ ਤੇਰਾ ਪੁੱਤ ਕਨੈਡਿਉਂ ਆ ਰਿਹੈ", ਹੱਸਦੀ ਹੋਈ ਸ਼ਾਮੇ ਬੋਲੀ।

"ਨਾ ਭਾਈ ! 2100 ਕਾਹਦਾ? 1500 ਚੱਲਦਾ ਐ, ਉਹੀ ਦੇਊ ਮੈਂ ਤਾਂ। ਬਾਕੀ ਸਾਰਾ ਟੱਬਰ ਖਾਣ-ਪੀਣ ਨੂੰ ਲੈ ਆਉਂਦੇ ਹੋ ਤੁਸੀਂ। ਫੋਆ-ਦੁਆਈ ਵਾਯੂ ਦੀ। ਕਰਨਾ ਹੈ ਤਾਂ ਦੱਸ? ਨਹੀਂ, ਮੈਨੂੰ ਹੋਰ ਬਥੇਰੀਆਂ", ਮੱਥੇ ਵਿੱਚ ਸੱਤ ਵਲ ਪਾਉਂਦੀ, ਕਾਕੇ ਦੀ ਮਾਂ ਬੋਲਦੀ।

"ਚੱਲ ਕੋਈ ਨਾ ! ਜੇ ਕਰਾਂਗੇ ਨਹੀਂ, ਤਾਂ ਖਾਵਾਂਗੇ ਕਿੱਥੋਂ?" ਕਹਿੰਦੀ ਹੋਈ ਸ਼ਾਮੇ ਕੂੜੇ ਦੀ ਟੋਕਰੀ ਚੁੱਕਣ ਹੀ ਲੱਗਦੀ ਹੈ ਕਿ ਬਾਹਰੋਂ ਆਉਂਦੇ ਸਰਦਾਰ ਸਾਹਿਬ ਦੀ ਆਵਾਜ਼ ਕੰਨਾਂ ਵਿੱਚ ਪੈਂਦੀ ਹੈ।

"ਬਹੁਤ ਔਖਾ ਬੁੱਕ ਹੋਇਆ ! ਪੂਰਾ 10 ਲੱਖ ਦੇਣਾ ਐ 3 ਘੰਟਿਆਂ ਦਾ। ਬਹੁਤ ਮਹਿੰਗਾ ਕਲਾਕਾਰ ਕੀਤੈ। ਲੋਕਾਂ ਨੂੰ ਵੀ ਤਾਂ ਪਤਾ ਲੱਗੇ ਕਿ ਸਰਦਾਰਾਂ ਦੇ ਮੁੰਡੇ ਦਾ ਵਿਆਹ ਹੈ।"

ਇਹ ਗੱਲਾਂ ਸੁਣਦੀ ਵਿਚਾਰੀ ਸ਼ਾਮੇ ਆਪਣੀ ਪਾਟੀ ਚੁੰਨੀ ਦੇ ਪੱਲੇ ਨਾਲ ਅੱਖਾਂ ਦੇ ਹੰਝੂ ਤੇ ਮੂੰਹ ਦਾ ਮੁੜਕਾ ਪੂੰਝਦੀ, ਆਪਣੀ ਮਿਹਨਤ ਦੇ ਮੁੱਲ ਦਾ ਹਿਸਾਬ ਲਾਉਂਦੀ ਹੋਈ, ਟੋਕਰੀ ਚੁੱਕ ਕੇ ਚਲੀ ਜਾਂਦੀ ਹੈ।

ਮਿਹਨਤਾਨਾ

ਅਜੋਕੇ ਦਿਖਾਵੇ ਦੇ ਦੌਰ ਵਿੱਚ ਲੋਕਾਂ ਨੇ ਵਿਆਹ ਸਮਾਗਮਾਂ ਦੌਰਾਨ ਕੱਪੜੇ, ਗਹਿਣੇ, ਪਕਵਾਨ, ਸਜਾਵਟ ਅਤੇ ਮਨੋਰੰਜਨ ਲਈ ਬੇਹਦ ਖੁੱਲਾ ਖਰਚਾ ਕਰਨਾ ਸ਼ੁਰੂ ਕਰ ਦਿੱਤਾ ਹੈ।

ਇਹਨਾਂ ਪ੍ਰੋਗਰਾਮਾਂ ਵਿੱਚ ਜਿੱਥੇ ਲੋਕ ਪੈਸਾ ਪਾਣੀ ਵਾਂਗ ਵਹਾ ਦਿੰਦੇ ਹਨ, ਉੱਥੇ ਘਰ ਵਿੱਚ ਕੰਮ ਕਰਨ ਵਾਲੇ ਕਾਮਿਆਂ ਨੂੰ ਬਣਦੀ ਮਿਹਨਤ ਦੇਣ ਲੱਗੇ ਕੰਜੂਸੀ ਕਰਦੇ ਹਨ। ਇਥੋਂ ਤਕ ਕਿ ਕੰਮ ਦੇਣ ਨੂੰ ਵੀ ਇੱਕ ਅਹਿਸਾਨ ਸਮਝਦੇ ਹਨ।

ਕਹਾਣੀ 'ਮਿਹਨਤਾਨਾ' ਇਸੇ ਸੋਚ ਨੂੰ ਦਰਸਾਉਂਦੀ ਹੈ, ਜਿਸ ਵਿੱਚ ਇੱਕ ਪਰਿਵਾਰ ਆਪਣੇ ਰੁਤਬੇ ਨੂੰ ਕਾਇਮ ਰੱਖਣ ਲਈ 10 ਲੱਖ ਰੁਪਏ ਖ਼ਰਚ ਕਰਕੇ ਕਲਾਕਾਰ ਬੁੱਕ ਕਰਦਾ ਹੈ, ਪਰ 7 ਦਿਨ ਘਰ ਦੇ ਸਾਰੇ ਕੰਮ ਕਰਨ ਵਾਲੀ ਗ਼ਰੀਬ ਔਰਤ ਨੂੰ ਉਹਦੀ ਮਿਹਨਤ ਦਾ ਬਣਦਾ ਪੂਰਾ ਮੁੱਲ ਨਹੀਂ ਦਿੰਦੇ।

ਨਾਲ ਹੀ ਲੋੜਵੰਦ ਦੀ ਮਜਬੂਰੀ ਬਿਆਨ ਕੀਤੀ ਗਈ ਹੈ ਜੋ ਗ਼ਰੀਬੀ ਕਾਰਨ ਘੱਟ ਪੈਸੇ ਤੇ ਵੀ ਕੰਮ ਕਰਨਾ ਮੰਨ ਜਾਂਦੀ ਹੈ ਕਿਉਂਕਿ ਉਸ ਲਈ ਤਾਂ ਮਸਲਾ ਰੋਟੀ ਦਾ ਹੈ।

ਵੰਡ

"ਓ ਭਾਈ, ਰੌਲਾ ਕਿਉਂ ਪਾਉਂਦੇ ਹੋ। ਤੁਹਾਡਾ ਹੀ ਐ ਸਾਰਾ ਕੁੱਝ। ਇਹਨੇ ਕਿਹੜਾ ਸਿਰ ਤੇ ਰੱਖ ਕੇ ਲੈ ਜਾਣਾ, ਵਿਚਾਰੀ ਨਦੀ ਕਿਨਾਰੇ ਰੁੱਖੜਾ ਹੈ। ਪਤਾ ਨਹੀਂ ਕਦੋਂ ਬੁਲਾਵਾ ਆ ਜਾਵੇ।" ਵਿਹੜੇ ਵਿਚ ਖੜ੍ਹੇ, ਸਮਾਨ ਦੀ ਵੰਡ ਨੂੰ ਲੈ ਕੇ ਰੌਲਾ ਪਾ ਰਹੇ, ਧੰਨ ਕੌਰ ਦੇ ਨੂੰਹ-ਪੁੱਤਾਂ ਨੂੰ, ਸਰਪੰਚ ਸਾਹਿਬ ਬੋਲੇ।

ਇਹ ਵਾਕਿਆ ਅੱਸੀ ਸਾਲਾ ਧੰਨ ਕੌਰ ਦੇ ਘਰ ਦਾ ਹੈ ਜਿਸ ਦਾ ਪਤੀ ਭਾਗਾ ਸਿੰਘ ਭਰੀ ਜਵਾਨੀ ਵਿਚ ਉਸਨੂੰ ਇਕੱਲੀ ਛੱਡ, ਇਸ ਜਹਾਨੋਂ ਤੁਰ ਗਿਆ ਸੀ। ਉਹ ਸਿਰੇ ਦਾ ਸ਼ਰਾਬੀ ਸੀ, ਜਿਸਦੀ ਸਵੇਰ ਦੀ ਕੁਰਲੀ ਵੀ ਸ਼ਰਾਬ ਨਾਲ ਹੁੰਦੀ ਸੀ।

ਕੰਮ-ਧੰਦੇ ਦਾ ਤਾਂ ਉਹਨੂੰ ਉੱਕਾ ਵੀ ਪਤਾ ਨਹੀਂ ਸੀ ਤੇ ਜ਼ਮੀਨ ਵੀ ਮਸਾਂ 4 ਕੂ ਵਿੱਘੇ, ਜਿਹਨੂੰ ਵੇਚ-ਵੇਚ ਉਹ ਆਪਣੇ ਨਸ਼ੇ ਦੀ ਲਤ ਨੂੰ ਪੂਰੀ ਕਰਦਾ। ਨਸ਼ੇੜੀ ਤੇ ਵਿਹਲੜ ਹੋਣ ਕਰਕੇ ਉਸਦਾ ਰਿਸ਼ਤਾ ਸਿਰੇ ਨਹੀਂ ਸੀ ਚੜ੍ਹ ਰਿਹਾ।

ਧੰਨ ਕੌਰ ਦੇ ਪੇਕੇ ਬਹੁਤ ਗ਼ਰੀਬ ਸਨ ਅਤੇ ਉਪਰੋਂ 4 ਧੀਆਂ, ਜਿਨ੍ਹਾਂ ਦੇ ਵਿਆਹ ਦੀ ਫ਼ਿਕਰ ਸਦਾ ਹੀ ਉਨ੍ਹਾਂ ਨੂੰ ਸਤਾਉਂਦੀ ਰਹਿੰਦੀ। ਇਸੇ ਕਰਕੇ ਹੀ ਕਿਸੇ ਦੂਰ ਦੇ ਰਿਸ਼ਤੇਦਾਰ ਦੇ ਦੱਸ ਪਾਉਣ 'ਤੇ ਕਿ ਮੁੰਡਾ ਤਕੜੇ ਘਰ ਦਾ ਅਤੇ ਚੰਗੀ ਜ਼ਮੀਨ ਦਾ ਮਾਲਕ ਹੈ, ਬਗੈਰ ਕੋਈ ਪੁੱਛ-ਦੱਸ ਕੀਤੇ ਧੰਨ ਕੌਰ ਦਾ ਰਿਸ਼ਤਾ ਭਾਗਾ ਸਿੰਘ ਨਾਲ ਕਰ ਦਿੱਤਾ।

ਇਸ ਗੱਲ ਦਾ ਪਤਾ ਧੰਨ ਕੌਰ ਨੂੰ ਵਿਆਹ ਤੋਂ ਬਾਅਦ ਲੱਗਾ। ਭਾਗਾ ਸਿੰਘ ਸਾਰਾ ਦਿਨ ਨਸ਼ੇ 'ਚ ਧੁੱਤ ਆਪਣੇ ਯਾਰਾਂ ਦੀ ਮੰਡਲੀ ਵਿੱਚ ਬੈਠਾ ਰਹਿੰਦਾ ਅਤੇ ਅੱਧੀ ਰਾਤ ਘਰ ਵੜਦਾ। ਉਹਦਾ ਘਰ ਆਉਣਾ ਵੀ ਕੋਈ ਸੁੱਖ ਵਾਲਾ ਨਹੀਂ ਹੁੰਦਾ ਸੀ। ਘਰ ਆਉਂਦਿਆਂ ਕੋਈ ਨਾ ਕੋਈ ਬਹਾਨਾ ਬਣਾ ਜਾਂ ਫੇਰ ਸ਼ਰਾਬ ਪੀਣ ਤੋਂ ਵਰਜਣ ਤੇ, ਜੋ ਹੱਥ ਆਉਂਦਾ ਉਹਦੇ ਨਾਲ ਧੰਨ ਕੌਰ ਨੂੰ ਕੁੱਟਣਾ ਸ਼ੁਰੂ ਕਰ ਦਿੰਦਾ। ਕਮਾਈ ਕਰਨਾ ਤਾਂ

ਦੂਰ, ਉਸਨੇ ਆਪਣੇ ਨਸ਼ੇ ਲਈ ਜ਼ਮੀਨ ਤੇ ਗਹਿਣੇ, ਇਥੋਂ ਤੱਕ ਕੇ ਘਰ ਦੇ ਭਾਂਡੇ ਵੀ ਵੇਚਣੇ ਸ਼ੁਰੂ ਕਰ ਦਿੱਤੇ।

ਕਈ ਵਾਰ ਧੰਨ ਕੌਰ ਦੇ ਪੇਕਿਆਂ ਤੋਂ ਪੰਚਾਇਤ ਆਈ ਜਿਹਨਾਂ ਨੇ ਭਾਗਾ ਸਿੰਘ ਨੂੰ ਸਮਝਾਉਣ ਦੀ ਕੋਸ਼ਿਸ਼ ਕੀਤੀ। ਪਰ ਅੱਗੋਂ ਜਵਾਬ ਮਿਲਦਾ, "ਜੇ ਬਾਹਲੇ ਔਖੇ ਹੋ, ਤਾਂ ਲੈ ਜਾਉ ਆਵਦੀ ਧੀ ਨੂੰ, ਮੈਂ ਇਹਦੇ ਤੋਂ ਕੀ ਕਰਾਉਣੈ।"

ਪਰ ਵਿਚਾਰੀ ਧੰਨ ਕੌਰ ਜਿਸ ਤੋਂ ਆਪਣੇ ਪੇਕਿਆਂ ਦੀ ਹਾਲਤ ਲੁਕੀ ਨਹੀਂ ਸੀ, ਸਬਰ ਦਾ ਘੁੱਟ ਭਰ ਕੇ, ਕਿ ਸ਼ਾਇਦ ਉਹ ਸੁਧਰ ਜਾਵੇ, ਦੀ ਉਮੀਦ ਨਾਲ ਪੇਕੇ ਜਾਣ ਤੋਂ ਇਨਕਾਰ ਕਰ ਦਿੰਦੀ।

ਸਮਾਂ ਬੀਤਿਆਂ, ਉਹਨਾਂ ਦੇ ਘਰ ਦੇ ਪੁੱਤਰਾਂ ਨੇ ਜਨਮ ਲਿਆ। ਧੰਨ ਕੌਰ ਨੂੰ ਲੱਗਾ, ਜਦ ਕਬੀਲਯਾਰੀ ਸਿਰ ਪਵੇਗੀ ਤਾਂ ਖ਼ਬਰੇ ਸਿੱਧੇ ਰਾਹ ਪੈ ਜਾਵੇ, ਪਰ ਰੱਬ ਨੂੰ ਕੁੱਝ ਹੋਰ ਹੀ ਮਨਜ਼ੂਰ ਸੀ। ਇਕ ਦਿਨ ਸ਼ਰਾਬੀ ਹੋਏ ਘਰ ਆਉਂਦੇ ਵੇਲੇ, ਉਹ ਰਾਹ ਜਾਂਦੀ ਗੱਡੀ ਵਿਚ ਵੱਜਿਆ ਤੇ ਮੌਕੇ ਤੇ ਹੀ ਮੌਤ ਹੋ ਗਈ।

ਜ਼ਮੀਨ, ਗਹਿਣੇ ਤੇ ਕਾਫ਼ੀ ਸਮਾਨ ਤਾਂ ਉਹ ਪਹਿਲਾਂ ਹੀ ਵੇਚ ਚੁੱਕਾ ਸੀ, ਨਾਲ ਹੀ ਉਸਨੇ ਅੱਧੇ ਪਿੰਡ ਤੋਂ ਕਰਜਾ ਲੈ ਰੱਖਿਆ ਸੀ। ਭਾਗਾ ਸਿੰਘ ਦੀ ਮੌਤ ਤੋਂ ਬਾਅਦ ਉਨ੍ਹਾਂ ਲੋਕਾਂ ਨੇ ਘਰ ਗੇੜੇ ਮਾਰਨੇ ਸ਼ੁਰੂ ਕਰ ਦਿੱਤੇ, ਜਿਹਨਾਂ ਵਿੱਚ ਕੁੱਝ ਪੈਸੇ ਲੈਣ ਤੇ ਕੁੱਝ ਧੰਨ ਕੌਰ ਨੂੰ ਦੇਖਣ ਆਉਂਦੇ, ਤੇ ਪੁੱਠਾ-ਸਿੱਧਾ ਬੋਲ ਕੇ ਚਲੇ ਜਾਂਦੇ।

ਧੰਨ ਕੌਰ ਦੇ ਪੇਕਿਆਂ ਨੇ ਉਸਨੂੰ ਇਕ ਵਾਰ ਫਿਰ ਸਮਝਾਇਆ ਕਿ ਮੁੰਡਿਆਂ ਨੂੰ ਦਾਦਾ-ਦਾਦੀ ਕੋਲ ਛੱਡ ਦੇਵੇ, ਉਹ ਉਸਨੂੰ ਕੀਤੇ ਹੋਰ ਤੋਰ ਦੇਣਗੇ। ਪਰ ਧੰਨ ਕੌਰ ਨੂੰ ਦੁੱਧ-ਪੀਂਦੇ ਬਾਲਾਂ ਅਤੇ ਬੁੱਢੇ ਸੱਸ-ਸੁਹਰੇ ਨੂੰ ਇਕੱਲਾ ਛੱਡਣਾ ਇੱਕ ਪਾਪ ਜਾਪਦਾ ਸੀ।

ਘਰ ਦਾ ਖ਼ਰਚਾ ਚਲਾਉਣ ਲਈ ਉਸ ਨੇ ਲੋਕਾਂ ਦੇ ਘਰਾਂ ਵਿਚ ਕੰਮ ਕਰਨਾ ਸ਼ੁਰੂ ਕੀਤਾ। ਲੋਕਾਂ ਦੇ ਜੂਠੇ ਭਾਂਡੇ ਮਾਂਜ, ਗੋਹਾ-ਕੂੜਾ ਕਰ, ਆਪ ਰੁੱਖੀ-ਸੁੱਕੀ ਖਾ ਤੇ ਭੁਖੇ ਢਿੱਡ ਗੁਜ਼ਾਰਾ ਕਰ, ਆਪਣੇ ਬੱਚਿਆਂ ਦਾ ਪੇਟ ਭਰਦੀ ਤੇ ਬੁੱਢੇ ਸੱਸ-ਸੁਹਰੇ ਦੀ ਸੇਵਾ ਕਰਦੀ।

ਧੰਨ ਕੌਰ ਆਪਣੇ ਵਿਆਹ ਵੇਲੇ ਕਿਸੇ ਅਰਸ਼ੋਂ ਉੱਤਰੀ ਪਰੀ ਤੋਂ ਘੱਟ ਨਹੀਂ ਸੀ। ਹੁਣ ਉਹ ਇਕ ਹੱਡੀਆਂ ਦਾ ਪਿੰਜਰ ਬਣ ਚੁੱਕੀ ਸੀ। ਪਰ ਉਸ ਔਖੇ ਵੇਲੇ ਧੰਨ ਕੌਰ ਨੇ ਆਪਣਾ ਸਿਦਕ ਤੇ ਹੌਸਲਾ ਨਹੀਂ ਛੱਡਿਆ। ਲੋਕਾਂ ਦੀਆਂ ਮੈਲੀਆਂ ਅੱਖਾਂ ਤੋਂ ਬਚ, ਆਪਣੇ ਬੱਚਿਆਂ ਦੀ ਜ਼ਿੰਦਗੀ ਬਣਾਉਣ ਲਈ ਮਿਹਨਤ ਜਾਰੀ ਰੱਖੀ।

ਧੰਨ ਕੌਰ ਸੋਚਦੀ ਕਿ ਉਸਦੀ ਜ਼ਿੰਦਗੀ ਤਾਂ ਜਿਵੇਂ-ਕਿਵੇਂ ਨਿਕਲ ਗਈ, ਪਰ ਉਸਦੇ ਬੱਚਿਆਂ ਨੂੰ ਐਦਾਂ ਦੇ ਦਿਨ ਨਾ ਦੇਖਣੇ ਪੈਣ। ਉਸਨੂੰ ਲੱਗਦਾ ਸੀ ਕਿ ਚੱਲ ਜੇ ਉਹ ਚੰਦਰਾ ਨਾਲ ਨੀ ਨਿਭਿਆ, ਮੇਰੇ ਪੁੱਤ ਤਾਂ ਸੁੱਖ ਦੇਣਗੇ। ਇਹੀ ਆਸ ਉਹਦੇ ਜੀਣ ਦਾ ਸਹਾਰਾ ਸੀ।

ਪਰ 'ਸੁਖ' ਤਾਂ ਘਰ ਖਿਲਰੇ ਪਏ ਸਮਾਨ ਨੂੰ ਵੇਖ ਕੇ ਦਿੱਖ ਹੀ ਰਿਹਾ ਸੀ। ਕਿਸੇ ਤੋਂ ਕੁਝ ਲੁਕਿਆ ਨਹੀਂ ਸੀ। ਧੰਨ ਕੌਰ ਦੀ ਹਾਲਤ ਪੁੱਤਰਾਂ ਦੇ ਵਿਆਹ ਤੋਂ ਬਾਅਦ ਹੋਰ ਵੀ ਤਰਸਯੋਗ ਹੋ ਗਈ ਸੀ। ਅੱਜ ਉਹ ਬੁੱਢੀ ਉਮਰੇ ਮੰਜੇ ਤੇ ਬੈਠੀ ਪਾਣੀ ਦੀ ਘੁੱਟ ਨੂੰ ਵੀ ਤਰਸ ਰਹੀ ਸੀ।

ਵਿਹੜੇ ਦੇ ਵਿਚਾਲੇ ਸਾਰਾ ਸਮਾਨ ਰੱਖਿਆ ਹੋਇਆ ਸੀ - ਮੰਜੇ, ਬਿਸਤਰੇ, ਭਾਂਡੇ ਅਤੇ ਘਰ ਦੀ ਵਰਤੋਂ ਦਾ ਹੋਰ ਨਿੱਕਾ-ਮੋਟਾ ਸਮਾਨ, ਨਾਲ ਕੁਝ ਤਸਵੀਰਾਂ। ਇੱਕ ਪਾਸੇ ਚੁੱਪ ਬੈਠੀ ਸੀ ਦੁੱਖਾਂ ਦੀ ਮਾਰੀ ਧੰਨ ਕੌਰ।

ਪੰਚਾਇਤ ਨੇ ਭਰਾਵਾਂ ਤੇ ਦਰਾਣੀ-ਜਠਾਣੀ ਨੂੰ ਬਿਨਾਂ ਵਿਤਕਰਾ ਕੀਤੇ ਸਮਾਨ ਬਰਾਬਰ ਵੰਡਣ ਦੀ ਪੂਰੀ ਕੋਸ਼ਿਸ਼ ਕੀਤੀ। ਫਿਰ ਵੀ, ਕਈ ਵਾਰ ਦੋਵੇਂ ਭਰਾ ਗਾਲੀ-ਗਲੋਚ ਕਰਦੇ, ਇੱਕ-ਦੂਸਰੇ ਦਾ ਗਲਾ ਫੜਦੇ, ਲੋਕਾਂ ਨੇ ਮਸਾਂ ਹੀ ਛਡਾਏ।

ਸਾਰਾ ਸਮਾਨ ਇੱਕੋ-ਜਿਹਾ ਵੰਡ ਦਿੱਤਾ ਗਿਆ। ਛੇ ਮੰਜ਼ਿਆਂ ਵਿੱਚੋ ਤਿੰਨ-ਤਿੰਨ ਮੰਜੇ ਹਿੱਸੇ ਆਏ ਜਿਨ੍ਹਾਂ ਵਿੱਚੋ ਇੱਕ ਤੇ ਧੰਨ ਕੌਰ ਬੈਠੀ ਸੀ।

ਜਦ ਦੋਵੇਂ ਨੂੰਹਾਂ ਆਪਣਾ ਸਮਾਨ ਕਮਰਿਆਂ ਵਿਚ ਰੱਖਣ ਲੱਗੀਆਂ। ਇੱਕ ਨੂੰ ਜਦ ਦੋ ਮੰਜੇ ਮਿਲੇ ਤਾਂ ਉਹ ਧੰਨ ਕੌਰ ਨੂੰ ਮੰਜੇ ਉੱਤੇ ਬੈਠਾ ਦੇਖ ਆਪਣੇ ਹੱਥ ਨਾਲ ਥੋੜਾ ਅੱਗੇ ਨੂੰ ਧੱਕ ਕੇ ਉਠਾਉਣ ਦੀ ਕੋਸ਼ਿਸ਼ ਕਰਦੀ ਹੋਈ ਬੋਲੀ ...

"ਉੱਠ ਮਾਤਾ ਹੁਣ, ਛੱਡ ਮੇਰਾ ਮੰਜਾ, ਕੋਈ ਹੋਰ ਮੇਰ ਕਰ ਲਓ ਇਹਦੇ ਤੇ। ਮੈਂ ਰੱਖ ਆਵਾਂ ਆਪਣੇ ਕਮਰੇ 'ਚ ਇਹਨੂੰ ਵੀ।" ਇਹ ਆਖ, ਉਹ ਆਪਣੀ ਸੱਸ ਨੂੰ ਵਿਹੜੇ 'ਚ ਇਕੱਲੀ ਖੜੀ ਛੱਡ, ਮੰਜਾ ਲੈ ਕੇ ਅੰਦਰ ਜਾਣ ਲੱਗਦੀ ਹੈ ਤਾਂ ਪਿੱਛੇ ਤੋਂ ਪੰਚ ਦੀ ਆਵਾਜ਼ ਆਉਂਦੀ ...

"ਭਾਈ ਕੁੜੀਓ ਰੁਕੋ, ਦੋ ਚੀਜ਼ਾਂ ਹਾਲੇ ਰਹਿੰਦੀਆਂ ਨੇ। ਇਹਨਾਂ ਦਾ ਕੀ ਕਰਨਾ ਹੈ?"

"ਜੀ, ਕਿਹੜੀਆਂ? ਸਾਰਾ ਕੁਝ ਤਾਂ ਵੰਡ ਲਿਆ, ਹੁਣ ਕੀ ਬਾਕੀ ਰਹਿ ਗਿਆ?" ਧੰਨ ਕੌਰ ਦਾ ਵੱਡਾ ਮੁੰਡਾ ਬੋਲਿਆ।

ਜਵਾਬ ਸੁਣ ਪੰਚ ਨੇ ਕਿਹਾ, "ਤੁਹਾਡੀ ਬੇਬੇ ਅਤੇ ਜ਼ਮੀਨ ਤੇ ਪਈ ਬਾਪੂ ਦੀ ਫੋਟੋ। ਇਹ ਕਿਵੇਂ ਵੰਡਣੇ ਨੇ?"

ਇਹ ਸ਼ਬਦ ਸੁਣਦੇ ਹੀ ਦੋਵੇਂ ਨੂੰਹਾਂ ਨੂੰ ਹੱਥਾਂ-ਪੈਰਾਂ ਦੀ ਪੈ ਗਈ। ਉਹਨਾਂ ਨੂੰ ਲੱਗਿਆ ਜਿਵੇਂ ਕੋਈ ਬੇਲੋੜੇ ਸਮਾਨ ਦਾ ਟੋਕਰਾ ਉਹਨਾਂ ਦੇ ਸਿਰ ਤੇ ਰੱਖਣ ਦੀ ਕੋਸ਼ਿਸ਼ ਕਰ ਰਿਹਾ ਹੋਵੇ। ਧੰਨ ਕੌਰ ਦਾ ਮੁੱਲ ਤਾਂ ਉਹਨਾਂ ਲਈ ਸਾਰੇ ਸਮਾਨ ਤੋਂ ਘੱਟ ਸੀ।

ਇਸ ਤੋਂ ਪਹਿਲਾਂ ਕਿ ਉਹ ਕੁਝ ਬੋਲਦੀਆਂ, ਦੋਵਾਂ ਦੀ ਨਜ਼ਰ ਸੱਸ ਦੇ ਕੰਨਾਂ 'ਚ ਪਾਈਆਂ ਸੋਨੇ ਦੀਆਂ ਵਾਲੀਆਂ 'ਤੇ ਪਈ। ਲਲਚਾਈਆਂ ਅੱਖਾਂ ਨਾਲ ਦੇਖਦੀਆਂ ਦੋਵੇਂ ਬੋਲੀਆਂ ...

"ਪਹਿਲਾਂ ਦੱਸੋ ਇਹਦੇ ਕੰਨਾਂ ਦੀਆਂ ਵਾਲੀਆਂ ਦਾ ਕੀ ਕਰਨੈ?"

ਇਹ ਸੁਣ, ਧੰਨ ਕੌਰ ਦੋਵਾਂ ਨੂੰਹਾਂ ਨੂੰ ਇੱਕ-ਇੱਕ ਵਾਲੀ ਦੇ ਕੇ, ਆਪਣੇ ਘਰਵਾਲੇ ਦੀ ਫੋਟੋ ਚੁੱਕ, ਲੜਖੜਾਉਂਦੀ ਘਰ ਛੱਡ ਕੇ ਚਲੀ ਜਾਦੀ ਹੈ।

ਵੰਡ

'ਵੰਡ' ਕਹਾਣੀ ਵਿੱਚ ਨਸ਼ਿਆਂ ਕਾਰਨ ਪੈਦਾ ਹੋ ਰਹੇ ਬੁਰੇ ਹਾਲਾਤਾਂ ਨੂੰ ਚਿਤਰਨ ਦੀ ਕੋਸ਼ਿਸ਼ ਕੀਤੀ ਗਈ ਹੈ।

ਕਿਵੇਂ ਇੱਕ ਗ਼ਰੀਬ ਘਰ ਦੀ ਧੀ ਨੂੰ ਝੂਠ ਬੋਲ ਕੇ, ਇੱਕ ਨਸ਼ੇੜੀ ਨਾਲ ਵਿਆਹ ਦਿੱਤਾ ਜਾਂਦਾ ਹੈ। ਨਸ਼ੇ ਦੀ ਪੂਰਤੀ ਲਈ ਉਹ ਘਰ ਦਾ ਸਮਾਨ ਵੇਚ ਦਿੰਦਾ ਹੈ। ਘਰ ਵਾਲੀ ਨੂੰ ਕੁੱਟਦਾ ਮਾਰਦਾ ਹੈ ਅਤੇ ਨਸ਼ੇ ਕਾਰਨ ਹੀ ਉਸ ਦੀ ਮੌਤ ਹੋ ਜਾਂਦੀ ਹੈ। ਪਤਨੀ ਵਿਚਾਰੀ ਸਾਰੀ ਉਮਰ ਦੁੱਖ ਸਹਿੰਦੀ ਹੋਈ ਆਪਣੇ ਬੱਚਿਆਂ ਨੂੰ ਪਾਲਦੀ ਹੈ।

ਨਸ਼ਿਆਂ ਦੇ ਨਾਲ-ਨਾਲ, ਲਾਲਚ ਅਤੇ ਬਜ਼ੁਰਗਾਂ ਦੀ ਬੇਕਦਰੀ ਨੂੰ ਵੀ ਦਰਸਾਇਆ ਗਿਆ ਹੈ।

ਧੰਨ ਕੌਰ, ਜਿਸਨੇ ਸਾਰੀ ਜ਼ਿੰਦਗੀ ਆਪਣੇ ਬੱਚਿਆਂ ਲਈ ਕੁਰਬਾਨ ਕਰ ਦਿੱਤੀ, ਬੁਢਾਪੇ ਵਿੱਚ ਉਸਨੂੰ ਸਾਂਭਣ ਲਈ ਕੋਈ ਵੀ ਰਾਜ਼ੀ ਨਹੀਂ ਸੀ।

ਅਖ਼ੀਰ ਤੱਕ ਵੀ ਉਸ ਨਾਲੋਂ ਜ਼ਿਆਦਾ, ਨੂੰਹਾਂ-ਪੁੱਤਾਂ ਨੂੰ, ਘਰ ਦੇ ਸਮਾਨ ਅਤੇ ਸੋਨੇ ਦੀਆਂ ਵਾਲੀਆਂ ਨਾਲ ਵਧੇਰੇ ਪਿਆਰ ਸੀ।

ਹਲੂਣਾ

ਹਰਗੁਨ, ਜਿਸਦੀ ਉਮਰ ਮਸਾਂ ਸੱਤ ਕੁ ਵਰ੍ਹਿਆਂ ਦੀ ਸੀ, ਗਲੀ ਵਿੱਚੋਂ ਖੇਡਦਾ, 'ਭੰਡਾ-ਭੰਡਾਰੀਆ ਕਿੰਨਾ ਕੁ ਭਾਰ' ਗੁਣਗੁਣਾਉਂਦਾ, ਘਰ ਵੜਦਾ ਹੀ ਆਪਣੇ ਪਾਪਾ ਕੋਲ ਸ਼ਹਿਰ ਵਾਲੇ ਸਕੂਲ ਨਾ ਜਾਣ ਦੀ ਜ਼ਿਦ ਕਰਦਾ ਹੋਇਆ ਕਹਿੰਦਾ ਹੈ ...

"ਪਾਪਾ, ਮੈਂ ਨੀ ਜਾਣਾ ਕੱਲ੍ਹ ਤੋਂ ਸ਼ਹਿਰ ਵਾਲੇ ਸਕੂਲ ! ਮੈਂ ਤਾਂ ਆਪਣੇ ਪਿੰਡ ਵਾਲੇ ਸਕੂਲ ਹੀ ਜਾਊਂ, ਜਿੱਥੇ ਮੇਰੇ ਸਾਰੇ ਆੜੀ ਪੜ੍ਹਦੇ ਨੇ।"

ਹਰਗੁਨ ਦੇ ਪਾਪਾ ਨੂੰ, ਜੋ ਇੱਕ ਅਧਿਆਪਕ ਸਨ, ਕੁੱਝ ਮਹੀਨੇ ਪਹਿਲਾਂ ਹੀ, ਪਿੰਡ ਦੇ ਸਰਕਾਰੀ ਸਕੂਲ ਵਿੱਚ ਨੌਕਰੀ ਮਿਲੀ ਸੀ। ਤਨਖ਼ਾਹ ਚੰਗੀ ਹੋਣ ਕਾਰਨ ਹਰਗੁਨ ਨੂੰ ਪਿੰਡ ਦੇ ਸਕੂਲ 'ਚੋਂ ਹਟਾ ਕੇ, ਉਹਦਾ ਦਾਖਲਾ ਸ਼ਹਿਰ ਦੇ ਅੰਗਰੇਜ਼ੀ ਮੀਡੀਅਮ ਵਾਲੇ ਸਕੂਲ ਵਿੱਚ ਕਰਵਾ ਦਿੱਤਾ ਗਿਆ ਸੀ।

ਨਵੇਂ ਸਕੂਲ ਵਿੱਚ ਸਾਰੇ ਵਿਸ਼ੇ ਅੰਗਰੇਜ਼ੀ ਵਿੱਚ ਹੀ ਪੜ੍ਹਾਏ ਜਾਂਦੇ ਸਨ। ਇੱਥੋਂ ਤੱਕ ਕੇ ਗੱਲਬਾਤ ਵੀ ਅੰਗਰੇਜ਼ੀ ਵਿੱਚ ਹੀ ਕਰਨੀ ਪੈਂਦੀ ਸੀ।

ਸਕੂਲ ਘਰ ਤੋਂ ਦੂਰ ਹੋਣ ਕਰਕੇ ਹਰਗੁਨ ਨੂੰ ਬੱਸ 'ਤੇ ਜਾਣਾ ਪੈਂਦਾ ਸੀ, ਜੋ ਛੇ ਵੱਜਦੇ ਹੀ ਦਰਵਾਜ਼ੇ 'ਤੇ ਆ ਖੜ੍ਹਦੀ। ਬੱਸ ਤਿੰਨ-ਚਾਰ ਪਿੰਡਾਂ ਵਿੱਚੋਂ ਬੱਚਿਆਂ ਨੂੰ ਲੈ ਕੇ, ਸਵੇਰ ਦੀ ਪ੍ਰਾਥਨਾ ਦੀ ਘੰਟੀ ਵੱਜਣ ਤੋਂ ਮਸਾਂ ਇੱਕ-ਅੱਧਾ ਮਿੰਟ ਪਹਿਲਾਂ ਹੀ ਸਕੂਲ ਪਹੁੰਚਦੀ।

ਸਵੇਰੇ ਜਲਦੀ ਉੱਠਣਾ, ਦੇਰ ਨਾਲ ਘਰ ਮੁੜਨਾ, ਸਕੂਲ ਵਿੱਚ ਖੇਡਣ ਦਾ ਸਮਾਂ ਨਾ ਮਿਲਣਾ, ਅਤੇ ਸਭ ਤੋਂ ਵੱਡੀ ਗੱਲ, ਪੰਜਾਬੀ ਨਾ ਬੋਲ ਸਕਣਾ, ਹਰਗੁਨ ਨੂੰ ਬਿਲਕੁਲ ਵੀ ਪਸੰਦ ਨਹੀਂ ਸੀ। ਸਕੂਲ ਜਾਣਾ ਉਸ ਲਈ ਇੱਕ ਬੋਝ ਬਣ ਗਿਆ ਸੀ।

ਉਹਦੇ ਦੋਸਤ ਸਕੂਲ ਨੇੜੇ ਹੋਣ ਕਰਕੇ ਦੇਰ ਨਾਲ ਘਰੋਂ ਜਾਂਦੇ ਤੇ ਪਹਿਲਾਂ ਵਾਪਿਸ ਆ ਜਾਂਦੇ। ਉਹਨਾਂ ਨੂੰ ਖੇਡਣ ਦਾ ਸਮਾਂ ਵੀ ਮਿਲਦਾ ਸੀ, ਉੱਥੇ ਹਰਗੁਨ ਦਾ ਉਹੀ ਸਮਾਂ ਬੱਸ ਵਿੱਚ ਪਿੰਡਾਂ ਦੇ ਚੱਕਰ ਕੱਟਦਿਆਂ ਲੰਘ ਜਾਂਦਾ ਸੀ।

ਹਰਗੁਨ ਨੂੰ ਜ਼ਿਦ ਕਰਦਾ ਅਤੇ ਪੰਜਾਬੀ ਵਿੱਚ ਬੋਲਦਾ ਦੇਖ, ਗੁੱਸੇ ਨਾਲ ਭਰੀ ਪੀਤੀ ਉਸਦੀ ਮੰਮੀ, ਬਾਂਹ ਤੋਂ ਫੜ ਉਸਦਾ ਮੂੰਹ ਆਪਣੇ ਵੱਲ ਕਰਦੀ ਬੋਲੀ ...

"ਅੱਜ ਤੋਂ ਤੇਰਾ ਗਲੀ ਵਿੱਚ ਖੇਡਣਾ ਬੰਦ। ਅਸੀਂ ਅੰਗਰੇਜ਼ੀ ਸਿਖਾਉਣ ਲਈ ਐਨਾ ਖ਼ਰਚਾ ਕਰੀ ਜਾਨੇ ਆਂ, ਪਰ ਤੂੰ ਗਵਾਰ ਬੱਚਿਆਂ ਨਾਲ ਖੇਡ, ਉਹੀ ਕੁੱਝ ਸਿੱਖ ਰਿਹਾ ਹੈ।"

"ਪੁੱਤ, ਸਹੀ ਕਹਿੰਦੀ ਐ ਤੇਰੀ ਮੰਮੀ, ਤੇਰੇ ਭਲੇ ਲਈ ਹੀ ਲਾਇਆ ਤੈਨੂੰ ਵਧੀਆ ਸਕੂਲ", ਕੋਲ ਹੀ ਬੈਠਾ ਹਰਗੁਨ ਦਾ ਪਾਪਾ ਬੋਲਿਆ।

ਮਾਂ-ਪਿਉ ਦੇ ਮੂੰਹੋਂ ਸਕੂਲ ਅਤੇ ਪੰਜਾਬੀ ਬਾਰੇ ਇਹ ਸ਼ਬਦਾਵਲੀ ਸੁਣ ਕੇ, ਹਰਗੁਨ ਗੁੱਸੇ ਵਿੱਚ ਬੋਲਿਆ ...

"ਨਾ ਜੇ ਐਨਾ ਹੀ ਮਾੜਾ ਐ ਸਰਕਾਰੀ ਸਕੂਲ ਤੇ ਪੰਜਾਬੀ ਬੋਲੀ, ਤਾਂ ਫਿਰ ਕਾਹਤੋਂ ਰੋਜ਼ ਬਾਬੇ ਅੱਗੇ ਅਰਦਾਸ ਕਰਦੇ ਸੀ ਕਿ ਸਰਕਾਰੀ ਨੌਕਰੀ ਮਿਲ ਜਾਵੇ?"

"ਕੀ ਗੱਲ ਪਾਪਾ ! ਤੁਸੀਂ ਵਧੀਆ ਨੀ ਪੜ੍ਹਾਉਂਦੇ ਸਰਕਾਰੀ ਸਕੂਲ? ਕਿਉਂ ਹਟੇ ਸੀ ਤੁਸੀਂ ਅੰਗਰੇਜ਼ੀ ਸਕੂਲੋਂ?"

ਹਰਗੁਨ ਨੂੰ ਗੁੱਸੇ ਵਿਚ ਬੋਲਦਿਆਂ ਦੇਖ, ਉਹਦੇ ਪਾਪਾ ਨੂੰ ਇੰਝ ਲੱਗ ਰਿਹਾ ਸੀ ਜਿਵੇਂ ਪੰਜਾਬੀ ਬੋਲੀ, ਚੰਡੀ ਦਾ ਰੂਪ ਧਾਰ ਕੇ, ਲਾਹਨਤਾਂ ਪਾਉਂਦੀ ਹੋਈ, ਉਸਦੀ ਆਤਮਾ ਨੂੰ 'ਹਲੂਣਾ' ਦੇ ਰਹੀ ਹੋਵੇ।

ਹਲੂਣਾ

ਅਜੋਕੇ ਸਮੇਂ ਵਿੱਚ ਵੱਧ ਰਹੇ ਪੱਛਮੀ ਸਭਿਅੱਤਾ ਦੇ ਪ੍ਰਭਾਵ ਨੇ ਜਿੱਥੇ ਸਾਡੇ ਲੋਕਾਂ ਦੇ ਰਹਿਣ-ਸਹਿਣ ਤੇ ਪਹਿਰਾਵੇ ਨੂੰ ਪ੍ਰਭਾਵਿਤ ਕੀਤਾ ਹੈ ਉੱਥੇ ਗੀ ਇਸ ਦੇ ਪ੍ਰਭਾਵ ਅਧੀਨ ਕਈ ਭਾਸ਼ਾਵਾਂ ਵੀ ਅਲੋਪ ਹੁੰਦੀਆਂ ਜਾ ਰਹੀਆਂ ਹਨ, ਜਿਨ੍ਹਾਂ ਵਿੱਚੋਂ ਪੰਜਾਬੀ ਬੋਲੀ ਵੀ ਇੱਕ ਹੈ।

ਲੋਕਾਂ ਵਿੱਚ ਵਿਦੇਸ਼ ਜਾ ਕੇ ਵੱਸਣ ਦੀ ਦੌੜ ਨੇ ਬੱਚਿਆਂ ਦੇ ਮੂੰਹੋਂ ਪੰਜਾਬੀ ਬੋਲੀ ਨੂੰ ਖੋਹ ਲਿਆ ਹੈ। ਆਪਣੀ ਮਾਂ ਬੋਲੀ ਬੋਲਣਾ ਗਵਾਰਪੁਣਾ ਸਮਝ ਕੇ, ਬਚਪਨ ਤੋਂ ਹੀ ਅੰਗਰੇਜ਼ੀ ਭਾਸ਼ਾ ਸਿੱਖਣ ਅਤੇ ਬੋਲਣ ਲਈ ਮਜ਼ਬੂਰ ਕੀਤਾ ਜਾਂਦਾ ਹੈ। ਇਹ ਕਿਤੇ ਨਾ ਕਿਤੇ ਬੱਚਿਆਂ ਦੀ ਮਾਨਸਿਕਤਾ 'ਤੇ ਨਕਾਰਾਤਮਕ ਪ੍ਰਭਾਵ ਪਾਉਂਦਾ ਹੈ।

ਕਹਾਣੀ 'ਹਲੂਣਾ' ਵਿੱਚ ਹਰਗੁਨ ਵੀ ਇਸੇ ਹੀ ਦਰਦ ਵਿੱਚੋਂ ਗੁਜ਼ਰਦਾ ਹੈ। ਉਹ ਆਪਣੇ ਦੋਸਤਾਂ ਨਾਲ ਖੇਡ ਵੀ ਨਹੀਂ ਸਕਦਾ ਕਿਉਂਕਿ ਮਾਂ-ਬਾਪ ਨੂੰ ਲੱਗਦਾ ਹੈ ਕਿ ਅਜਿਹਾ ਕਰਨ ਨਾਲ ਉਹ ਗਲਤ ਆਦਤਾਂ ਸਿੱਖਦਾ ਹੈ, ਜਿਨ੍ਹਾਂ ਵਿੱਚੋਂ ਇੱਕ ਹੈ ਉਸਦਾ ਪੰਜਾਬੀ ਬੋਲਣਾ।

ਦੂਜੇ ਪਾਸੇ, ਉਹੀ ਲੋਕ ਆਪਣੇ ਲਾਲਚ ਦੀ ਪੂਰਤੀ ਲਈ ਉਸੇ ਪੰਜਾਬੀ ਬੋਲੀ ਨੂੰ ਸਰਕਾਰੀ ਸਕੂਲ ਵਿੱਚ ਨੌਕਰੀ ਕਰਦੇ ਸਮੇਂ ਬੋਲਦੇ ਹਨ, ਕਿਉਂਕਿ ਉੱਥੇ ਚੰਗੀ ਕਮਾਈ ਹੁੰਦੀ ਹੈ।

ਇਸ ਕਹਾਣੀ ਰਾਹੀਂ, ਪੰਜਾਬੀ ਭਾਸ਼ਾ ਦੇ ਦੁਖਾਂਤ ਨੂੰ, ਇੱਕ ਬੱਚੇ ਦੀ ਜ਼ੁਬਾਨੀ ਪੇਸ਼ ਕਰਕੇ, ਸਾਡੇ ਸਮਾਜ ਨੂੰ 'ਹਲੂਣਾ' ਦੇਣ ਦੀ ਕੋਸ਼ਿਸ਼ ਕੀਤੀ ਗਈ ਹੈ।